Essomo ku Abakkolinso Ekisooka 1
– Ekitabo 1 –

Essomo ku Abakkolinso Ekisooka 1
– **Ekitabo 1** –

Dr. Jaerock Lee

ESSOMO KU BAKKOLINSO EKISOOKA: Ekitabo 1
kya Dr. Jaerock Lee
Kyafulumizibwa aba Urim Books (Abakulirwa: Johnny. H. Kim)
235-3, Guro-dong 3, Guro-gu, Seoul, Korea
www.urimbooks.com

Obuyinza bwonna tubwesigaliza. Ekitabo kino oba ebitundu byakyo tebirina kufulumizibwa nate mu ngeri yonna, oba okuterekebwa mu ngeri yonna, oba okufulumizibwa mu kika kyonna ng'okwokyesaamu, oba okunaazaamu kkoppi, awatali lukusa okuva eri abaakifulumya

Ebyawandiikibwa byonna bisimbuddwa mu Ekitabo Ekitukuvu.

Copyright@2010 by Dr. Jaerock Lee
ISBN: 979-11-263-1382-2 03230
Translation Copyright @ 2010 by Dr. Esther K. Chung. Used by permission.

Kyasooka Kufulumizibwa mu Lulimi Olukoleya aba Urim Books mu 2008

Kyasooka okufulumizibwa mu 2010

Kyasunsulibwa Dr. Geumsun Vin
Kyalungiyizibwa Ekitongole ekisunsuzi ekya Urim Books
Ayagala okumanya ebisingawo yita ku mukutu gwa urimbook@hotmail.com

Eby'omuwandiisi

Ekirung'amya Ky'abakkiriza mu Mwoyo ne mu Mubiri

Abantu abali mu nsi olwaleero basobola okutambula nga badda eno badda eri oba ne bafuna okuwakana mu bbo nga kiva ku kutabulwa okuva ku buwangwa obw'enjawulo. Era nga kino si ky'abatakkiriza bokka, wabula fenna tusobola okusisinkana ebizibu eby'enjawulo ne bwe tuba nga tutambulira mu bulamu obw'okukkiriza. Ebizibu ebyo biyinza okuba nga biva ku butakwatagana, obutakiriziganya mu ndowooza, emisango mu kkooti, mu bufumbo n'okwawukana.

Omulabe Setaani bulijjo akema abakkiriza okubaleetera okutambulira ebweru w'ekigambo kya Katonda. N'olwekyo abo abagezaako okutambulira mu kigambo kya Katonda bayinza okubeera n'ebibuuzo ku Kigambo n'engeri ey'okukiteeka mu nkola okusobola okugonjoola ebizibu.

Bwe kityo bwe kyali ne ku kanisa y'e Kkolinso. Kkolinso

mu kiseera kya Pawulo kyali ekibuga omwali mukolebwa ebintu bingi nnyo nga mulimu abantu bangi abatambulira mu buwangwa obw'enjawulo era nga bava mu mawanga ga njawulo. Nga waliwo okweyawula wakati w'abalina n'abatalina era ng'abantu basinza nnyo bakatonda ab'enjawulo. Era ng'empisa zisiwuuse nnyo mu bantu.

Olw'okubeera wakati mu mbeera eyo, abakkiriza mu Kkolinso beesanga nga balina ebizibu bingi n'abantu bebaakuubagananga n'abo. Era, olw'okuba ekanisa yali yakateekebwayo, baafuna obuzibu okutambulira mu bulamu obw'ekikristaayo. Okusobola okubayamba basobole okutambulira mu bulamu bw'ekikristaayo obw'ekikulu, omutume Pawulo n'abawa eky'okuddamu ekya bayibuli okusobola okuddamu eri ebibuuzo eby'ekikula ekyo n'ebizibu.

Eby'okuddamu bino n'engeri gye tuyinza okugonjoola ebizibu bingi eby'ekika kino ebiyinza okutulumba mu bulamu bwaffe obwa bulijjo byawandiikibwa mu bbaluwa ya Pawulo esooka eri ekkanisa y'e Kkolinso mu kitabo ekimanyiddwa nga 1 Abakkolinso. Mu mbeera enzibu abantu ze bayitamu ensangi zino kikulu nnyo okuyiga n'okutegeera obulungi ebiri mu bbaluwa eno.

Ekitabo kino, Essomo ku Abakkolinso Ekisooka, Kinyonnyola engeri ey'okutegeeramu n'okukwatamu embeera ey'obukuubagano obw'amaanyi, okubuulira enjiri, obufumbo, okusinza bakatonda abalala, n'ebirabo eby'omwoyo. Ojja kusobola okutambulira mu bulamu obw'ekikristaayo obw'amaanyi bw'ozuula ekkubo ettuufu ng'otegeera ekizibu kyo okuyita mu Kigambo kya Katonda.

Nneebaza Geumsun Vin, akulira ekitongole ekisunsuzi ekya Urim Books ne bakola n'abo bonna, era nsaba mu linnya lya Mukama Yesu Kristo nti abasomi bonna banaategeera bulungi okwagala kwa Katonda era ne bakitambuliramu basobole okufuna emikisa gya Katonda emingi.

Bya Dr. Jaerock Lee

Eby'omuwandiisi
Okwekkeneenya mu Bufunze Ebbaluwa Esooka eri Abakkolinso

Essuula 1
Pawulo Yafuuka Omutume Olw'ekigendererwa kya Katonda · 1

1. Omutume era Omuweereza wa Katonda
2. Obulokozi Okuyita mu Katonda Obusatu
3. Bonna Okwogeranga Obumu
4. Kristo Amagezi era Amaanyi ga Katonda
5. Okwenyumiriza mu Mukama

Essuula 2
Amagezi ga Katonda · 51

1. Okulabika kw'Amaanyi Okuyita mu Mwoyo
2. Ekkubo ly'Omusalaba, Amaanyi ga Katonda
3. Ekisa kya Katonda Kitegeerebwa ku Bw'Omwoyo Omutukuvu
4. Ebintu Eby'Omwoyo Bitegeerebwa Okuyita mu Mwoy

Essuula 3

Tuli Yeekaalu ya Mukama · 87

1. Ekkanisa y'e Kkolinso yali ya Mubiri
2. Katonda Ye Yakuza
3. Omukoza w'Abazimbi Ow'amagezi
4. Omulimu Ogwa buli Muntu
5. Okuzikiriza Yeekaalu ya Katonda
6. Amagezi ag'ensi Busirusiru

Essuula 4

Mungoberere · 131

1. Ebisaanyizo Eby'abaweereza, Abawanika
2. Omuntu Asalirwa Atya Omusango?
3. Obutassukanga ku Byawandiikibwa
4. Mungoberere
5. Amaanyi n'Obusobozi Okuyita mu Bwakabaka bwa Katonda

Essuula 5

Essomo ku Bwenzi · 173

1. Engeri Ey'okukwatamu Embeera ey'Obwenzi
2. Muggyemu Ekizimbulukisa Eky'edda
3. Temwegattanga na Benzi

Essuula 6

Okusala Emisango wakati w'Abakkiriza · 203

1. Ebizibu Wakati wa Bamemba B'ekkanisa
2. Abatukuvu Balisalira Ensi Omusango
3. Okubakwasa Ensonyi
4. Ebibi Ebiviirako Okufa
5. Tulina Kubeera Balamu ku Bw'Ani?
6. Amakulu Ag'omwoyo Ag'obwamalaaya

Essuula 7

Obufumbo · 235

1. Obufumbo Obwegombesa
2. Amakulu Ag'omwoyo 'Agokummang'ana'
3. 'Nandyagadde Abantu Bonna Okubeeranga nga Nze'
4. Okwawukana
5. Okusinziira ku Kigero ky'Okukkiriza
6. Enjawulo Wakati "w'Ebikolwa Eby'okungulu" ne "Okukwatanga Ebiragiro"
7. Buli Muntu Asigale mu Mbeera mwe Yayitirwa.
8. Embeera Abazadde B'omuwala Embeerera mwe Balina Okumufumbiriza Bawala baabwe ne Bannamwandu oba Abaafiirwa bakazi baabwe Lwe Balina okuddamu okuwasa oba Okufumbirwa

Okwekkeneenya mu Bufunze Ebbaluwa Esooka eri Abakkolinso

1. Ebifa ku Muwandiisi W'ebbaluwa Esooka eri Abakkolinso

Omuwandiisi w'ebbaluwa y'Abakkolinso ye mutume Pawulo. Nga tannafuuka mu kkiriza wa Yesu Kristo, erinnya lye ye yali Sawulo. Yazaalibwa Talusisi ekye Sirisiya era yayigirizibwa Gamaliri. Gamaliri yali musomesa w'Amateeka abantu gwe baawanga ennyo ekitiibwa. Olw'okuba omusomesa eyali asingayo obulungi mu kiseera ekyo ye yamusomesa, Sawulo yali amanyi ebintu bingi. Yali ayagala nnyo Katonda era ng'akuuma nnyo amateeka. Omuntu ayinza okumuyita 'Omuyudaaya asukulumye ku Bayudaaya.' Yali ava mu maka agalimu ensimbi era yali mutuuze mu Bwakabaka bw'Abaruumi era nga mutuuze omujjuvu mu bwakabaka bw'Abaruumi.

Nga tannasisinkana Mukama Yesu, Sawulo yayigganyanga abakkiririzanga mu Mukama. Yali alowooza nti abakkiririza mu Yesu baali bagala okumalawo eddiini y'ekiyudaaya era n'akulemberamu abo abaayigganyanga abakkiriza ba Mukama n'okubasibanga mu kkomera.

Yasisinkana Mukama Yesu Kristo bwe yali agenda e Damasiko. Era yalina ekiwandiiko ekyamuweebwa kabona omukulu okusiba buli mukkiriza era omugoberezi wa Yesu. Olw'okuba Katonda yali amanyi okwagala Sawulo kwe yali amwagalamu, Yalonda Sawulo okumufuula omutume. Katonda yamwawula okuviira ddala ku ntandikwa kubanga Yamanya nti ajja kwenenya era afuuke omwesigwa ennyo eri Mukama Yesu lwali musisinkana.

Sawulo n'afuuka 'Pawulo.' Era n'akola n'obwesigwa, okutuuka ku ssa ly'okufa, nga 'omutume w'Abamawanga.' Yateekawo omusingi okubunyisa enjiri okutuuka ku nkomerero y'ensi okuyita mu ng'endo essatu ze yatambula okubunyisa enjiri era n'atandika ekkanisa nnyingi mu Asiya ne mu Buyonaani.

Okuva lwe yasisinkana Mukama, omutume Pawulo yeeweerayo ddala eri Mukama n'obulamu bwe bwonna era n'atuukiriza obuvunaanyizibwa bwe mu bujjuvu ng'omuweereza wa Katonda era ng'omutume.

2. Kkolinso

Kolinso kyali kibuga kinene ekyali mu maserengeta ga

Buyonaani. Mu kiseera kya Pawulo Kkolinso yafugibwanga Obwakabaka bwa Baruumi. Ensalo zaakyo zaali zisalira ku nnyanja ku njuyi ssatu; ebuvanjuba, ebugwanjuba, ne mu maserengeta. Asiya ye yali ekirinaanye mu mambuka, nga Looma ye yali mu bugwanjuba bwakyo. Era kkolinso n'ekifuuka ekibuga omwakolerwanga eby'obusuubuzi wakati wa Asiya ne Looma kubanga kyali wakati w'ebibuga bino byombi.

Mwalimu bingi nnyo ebyakolebwangamu era ng'eby'obusuubuzi bingi ebyali bigenda mu maaso mu kibuga ekyo, nga kijjudde abakozi ba gavumenti bangi, abasirikale, abasuubuzi, abantu abagiranga ku maato okuva mu bitundu eby'enjawulo okuyingira mu Bwakabaka bwa Baruumi. Mwalingamu empaka z'emizannyo nnyingi ezaateranga okuteekebwanga mu kibuga ekyo, era nga kimanyiddwa nnyo mu kuzimba ebizimbe ebirabika obulungi, saako obuyiiya. Eby'obuwangwa eby'enjawulo nga bingi ddala, era ng'abantu bakyamye nnyo okuva mu ddiini era nga tabakyalina mpisa.

Mwalimu amakung'aniro nga 30 omwasinzibwanga bakatonda b'abamanga omuli ne yeekaalu ya Afulodite katonda eyagabanga obulungi, oluzaalo, obufumbo n'ebiringa ebyo. Abantu nga bakolerawo emikolo nga tebannagenda kusuubula. Ng'ekibuga kyonoonesa nnyo nga mulimu bamalaaya abasoba mu lukumi okumpi ne yeekaalu ya Afulodite.

3. Enkolagana Eyaliwo Wakati W'ekanisa Y'ekkolinso N'omutume Pawulo

Mu myaka nga 50 nga Kristo amaze okujja, omutume Pawulo yabuulira enjiri mu Kkolinso ng'ali ne Siira wamu ne Timoseewo bwe yali agenzeeyo omulundi ogw'okubiri era n'atandikayo ekkanisa. Yasuulanga mu nnyumba ya Pulisika ne Akula era ng'abuulira enjiri nga bwakola ne weema. Mu kusooka, yabuuliranga mu makung'aniro g'Abayudaaya. Naye olw'okuwakanyizibwa okwavanga mu Bayudaaya, n'abeerako mu nnyumba ya Tito Justus okumala omwaka gumu n'ekitundu nga bwazimba omusingi gw'ekkanisa. Abakkiriza abasinga baalinga bamawanga, naye nga mulimu n'Abayudaaya.

4. Ekiseera, Ekifo, N'ensonga Ey'okuwandiika Ekitabo

Ekitabo kya 1 Abakkolinso bbaluwa, ebbaluwa, omutume Pawulo gye wandiikira mu Efeso ku lugendo lwe olw'okusatu olw'okubuulira enjiri, awo mu myaka nga 55 nga Kristo amaze okujja. Abakkiriza mu kanisa y'e Kkolinso baali bagezaako okutambulira mu bulamu bwa Katonda kyokka nga basisinkana ebizibu bingi olw'obubi obwali bwetooloodde mu kitundu mwe baali.

Obukuubagano ne butandika wakati w'abakkiriza abaalina ku sente n'abaali tebalina, nga waliwo n'abakkiriza okutwalagana mu kkooti. Nga waliwo ebizibu mu maka, ebizibu aby'abantu okwekuuma nga tebeegatta, saako ebizibu ebyavanga mu kulya ebintu ebyali biweereddwayo eri ebifaananyi. Omutume Pawulo yawandiika ebbaluwa eno okuba eky'okuddamu ekitegerekeka obulungi eri ebizibu nga bino.

5. Ebyo Eby'enjawulo ebiri mu 1 Bakkolinso

Ebitabo by'omu bayibuli ebya Abaruumi ne Abagalatiya byogera nnyo ku nsonga y'enzikiriza. Naye Ebbaluwa esooka eri Abakkolinso eyogera nnyo ku bizibu ebirumba abantu mu bulamu bwabwe obwa bulijjo. Eri abakkiriza, 1 Abakkolinso kye kitabo ekirina eby'okuddamu ebitegerekeka obulungi eri ebizibu abakkiriza bye bayinza okusisinkana nga omuntu ssekinnoomu oba ng'ekkanisa yonna awamu.

Kiwa eby'okuddamu ebitegerekeka obulungi eri ebizibu nga okwekutulamu mu kanisa olw'obutakkaanya, okukozesa obubi ebirabo eby'omwoyo, obufumbo, Okusembera, 'emmere eweereddwayo eri ebifaananyi', n'okuzuukira. N'olwekyo, bwe tutegeera obulungi ekitabo kino ekya 1 Abakkolinso, kijja kutuyamba nnyo mu bulamu bwaffe obw'ekikristaayo era tujja kusobola okutambulira mu bulamu obuweereddwa omukisa nga tutegeera okwagala kwa Katonda bulungi.

Essuula 1

Pawulo Yafuuka Omutume Olw'ekigendererwa kya Katonda

Omutume era Omuweereza wa Katonda

Obulokozi okuyita mu Katonda Obusatu

Bonna Awamu Okusobola Okukkaanya

Kristo ge Magezi era Amaanyi ga Katonda

Okwenyumiriza mu Mukama

Omutume era Omuweereza wa Katonda

Pawulo, eyayitibwa okuba omutume wa Yesu Kristo olw'okwagala kwa Katonda, ne Sossene ow'oluganda, (1:1)

Pawulo Omutume nga tannasisinkana Yesu Kristo ye yali Sawulo. Yakwatanga abagoberezi ba Mukama n'abasuula mu kkomera. Sawulo yali mugobereza w'amateeka ow'amaanyi era nga eri ye, kubeera kuvvoola Katonda okugoberera Yesu ng'Omununuzi.

Kye kimu ne bannamateeka be nnaku zino. Bayibuli bagivvunula n'amakulu ag'okungulu. Ne basala emisango n'okukolokota abo abalaga emirimu egy'amaanyi egy'Omwoyo Omutukuvu okuyita mu bubonero n'ebyewuunyo ng'ebyo ebyatuukawo mu biseera by'ekkanisa ezasooka era eby'amagero ne babiyita obulimba.

Katonda amanyi buli kimu. Yali akimanyi nti Sawulo kasita

alisisinkana Yesu yali ajja kwenenya era afuuke omukozi wa Yesu Kristo omwesigwa. Eyo yensonga lwaki yalondebwa nga tannafuuka na mutume w'Abamawanga. Era okuva lwe yasisinkana Mukama ng'agenda e Damasiko, yafuuka omuweereza wa Katonda omwesigwa era n'awaayo obulamu bwe bwonna eri Mukama.

Omuweereza ye muntu atambulira ku biragiro bya mukama we. Omukulu mu Kanisa ye Katonda, era omuweereza we atuusa ku bantu ekigambo Kye, alina okugondera Ekigambo kya Katonda.

Abaweereza Balimu Ebika bya Mirundi Etaano

Mu lunyiriri 1, Pawulo agamba 'yayitibwa okuba omutume wa Yesu Kristo olw'okwagala kwa Katonda.' Tetusobola kufuuka batume olw'okuba tukyagala; tulina okuyitibwa olw'okwagala kwa Katonda.

Olwaleero, eriyo abasumba abafuuse abaweereza ba Katonda olw'okwagala kwa Katonda, kyokka eriyo abatayitibwangako. Okutwaliza awamu tukitwala nti waliwo ebika by'abasumba n'abaweereza ba Katonda bya mirundi etaano.

Ekibinja ekisooka kye ky'abo abaayitibwa Katonda Yennyini. Eky'okubiri kye ky'abo abeewaddeyo okukikola okuyita mu kisa kya Katonda. Eky'okusatu kye ky'abo abafuuka abasumba olw'okuba waliwo ababagambye. Eky'okuna kye ky'abo abafuuka abasumba nga bakikola ng'omulimu, era ng'ekibinja eky'okutaano kye ky'abo abafuuka abasumba okuyita mu mulimu gwa Setaani.

Abo Abatalina Kufuuka Basumba

Abo abafuuka abasumba olw'okuba emikwano oba abazadde bamugambye, ebizibu biyinza okujja. Eky'okulabirako, katugambe omuntu ebya bizinensi bimufiiriridde era ng'ebintu tebitambula bulungi. Kati katugambe nti omuntu ng'oyo agenze mu kifo gye basabira era n'afuna obunnabbi okuva eri omusumba obugamba nti, "Walondebwa Katonda okuba omuweereza We. Yensonga lwaki ojja kulemererwa mu bizinensi zo zonna."

Omuntu ono n'addamu n'agamba nti, "Naye wandiba omutuufu! kubanga ebintu bingi nga binfiiriridde!| Kirabika kituufu nti Katonda teyaganya bizinensi zange kubeera bulungi asobole okunfuula omuweereza We!"

Abantu abamu bafuuka basumba kubanga waliwo ababagambye nti basobola. Si lwakuba nti bagala nnyo Katonda. Si kituufu okufuuka omusumba olw'okuba osindiikiriziddwa okukikola. Mu Bayibuli, tusobola okukiraba nti Katonda yakozesanga abo abali obulungi era abalina amagezi. Teyayita abo abalemereddwa era abatalina busobozi okutuukiriza ekintu kyonna mu nsi.

Era, abantu abamu bafuuka abasumba nga bakikola ng'omulimu nga bagamba nti ng'omusumba nsobola okukozesa ku z'ebirabo.

Era, olumu omulabe setaani ayagazisa abantu okufuuka abasumba olw'ensonga ez'enjawulo. Setaani atawaanya obwakabaka bwa Katonda okuyita mu bantu ng'abo.

Enkola Y'ebintu mu Kkanisa

Abantu bangi batera okwebuuza ku nkola y'ebintu mu kkanisa n'ebitiibwa ebibeerayo nga beebuuza, "oba nga ddala buli omu mu kkanisa yenkanankana mu maaso ga Katonda, olwo lwaki wabeerawo ebitiibwa eby'enjawulo mu kkanisa nga abasumba, ba dinkoni, abakadde n'ebiringa ebyo?" Tusobola okukiraba nti ne mu maka mulimu engeri obuyinza gye butambulamu. Okusooka abakulembera amaka, okuli taata ne maama, ne mu b'oluganda mulimu abakulira.

Watya singa buli omu mu maka yalina obuyinza bwa taata? Oba singa buli mukozi mu kitongole yalina obuyinza bwe bumu ne mukama waabwe? Olwo, waliwo ekintu kyonna ekyandikoleddwa? Ekibiina kyonna oba ekitongole kirina okubeera n'ebifo eby'enjawulo saako obukulembeze, era nga balina okubugoberera ekitongole okusobola okutambuzibwa obulungi.

1 Abakkolinso 12:28 wagamba, "Era Katonda yassaawo

mu kkanisa abalala, okusooka abatume, ab'okubiri bannabbi, ab'okusatu bayigiriza, nate eby'amagero, nate ebirabo eby'okuwonyanga, abayambi, abafuga, aboogezi b'ennimi."

N'olwekyo, mu ngeri gye byasengekebwa, tusobola okukiraba nti abo abalina ekirabo ky'okuwonya be baddirira abatume ne bannabbi abayigiriza, n'abakozi b'ebyamagero.

Naye ensangi zino, abantu abamu enkola eno bagibuusa amaaso ne balyoka baleeta obuzibu. Eky'okulabirako, Omuntu bwafuna ekirabo ky'okuwonya, takikozesa kuweesa Katonda kitiibwa ng'agoberera engeri ebintu gye birina okutambulamu mu kanisa, wabula atandika okwemanya n'atandika okunyooma abasumba era n'atandika n'okukolokota abamu ku bo. Abantu abamu bamanyi okugamba nti bawa bunnabbi, ne balyoka batabulatabula n'okukutulakutula mu bantu. Ekintu eky'ekika kino tekirina kubeera mu kanisa.

Ani Alina Ebisaanyizo By'okubeera Omutume?

Omutume ye muntu atalina kwagala kwe, wabula ng'aliwo kutuukiriza kwagala kwa mukama we oba omuyigiriza we mu bujjuvu. Kwe kugamba, nga Mukama bwe yatuukiriza okwagala kwa Katonda mu bujjuvu bwakwo, omutume alina okugoberera ekkubo kya Mukama mu bujjuvu. N'olwekyo, eriyo abasumba bangi, kyokka si bonna nti batume.

Tuyinza tutya okugoberera okwagala kwa Katonda era ne tukugoberera mu bujjuvu bwakwo? Okusookera ddala, tulina okubeera n'omutima ng'ogwa Mukama ne tufuuka abatukuziddwa. Tusobola okukola ebyo Yesu bye yakola singa tutukuza emitima gyaffe, tufuna ekirabo eky'okuwonya, era ne tukozesa ekirabo kyaffe nga tukola eby'amagero, era ne tukozesa ekirabo ky'okuyigiriza. Olwo nno tusobola okuwonya abalwadde, ne tuta enjegera z'obutali bwenkanya, era ne tukyusa emyoyo olw'ekigambo kya Katonda nga tubawa okwagala okutambulira mu kwagala kwa Katonda.

Tulaba ekigambo 'batume' nga Mukama Yesu amaze okujja. Olwo, Musa yali ani mu Ndagaano Enkadde? Omuntu ayinza okwebuuza ani yali asinga amaanyi. Yali Musa, oba yali Pawulo, Sossene, oba Timoseewo? Olw'okuba baali batume, kitegeeza baali basinga Musa amaanyi?

Singa Musa yali yazaalibwa mu kiseera ky'Endagaano Empya, naye yandiyitiddwa mutume. Mu Ndagaano Empya Mukama yalina abayigirizwa era n'abasomesa. N'olwekyo, abo bonna abaalina Mukama ng'omusomesa waabwe era ne batuukiriza okwagala Kwe baali batume. Naye mu Ndagaano Enkadde, Musa teyalina musomesa kubanga yasomesebwa Katonda yennyini.

Katugambe nti, kabaka tayinza kubeerako gwagoberera. Mu ngeri y'emu, mu biseera by'Endagaano Enkadde, baafunanga okubikkulirwa kwa Katonda butereevu, kale ng'ekigambo 'abatume' tekyetaagibwa mu biseera ebyo. Naye mu biseera bye Ndagaano Empya, waaliwo abayigirizwa ba Mukama, bano baayitibwa batume.

Yokaana 14:12 wagamba, "Ddala ddala mbagamba nti, Akkiriza Nze emirimu gye nkola nze, naye aligikola, era alikola egisinga egyo obunene, kubanga nze ng'enda eri Kitange." N'olwekyo, abatume abatuufu basaba obutalekaayo, bafuna amaanyi ga Katonda, era ne bakola eby'amagero eby'amaanyi nga Mukama bwe yakikolanga. Bagoba setaani era ne bawonya abalwadde. Bakyusa abantu era ne babakubiriza okutambulira mu mazima n'ekigambo kya Katonda. Omuntu bwatuukiriza okwagala kwa Katonda mu bujjuvu mu ngeri eno, asobola okuyitibwa omutume.

Obulokozi okuyita mu Katonda Obusatu

Eri ekkanisa ya Katonda eri mu Kkolinso, abaatukuzibwa mu Kristo Yesu, abaayitibwa okuba abatukuvu, wamu ne bonna abakoowoola erinnya lya Mukama waffe Yesu Kristo mu buli kifo, ye Mukama waabwe era owaffe. Ekisa kibeerenga gye muli n'emirembe ebiva eri Katonda Kitaffe ne Mukama waffe Yesu Kristo. (1:2-3)

Olunyiriri 2 lugamba, "... abo abaatukuzibwa mu Kristo Yesu." Aboogerwako b'ebo abegyeeko buli kintu kyonna ekikontana n'amazima, abambadde amazima, era nga batambulira mu mazima. 'Abatukuvu' b'ebo abatukuziddwa mu mazima. B'ebo abatambulira mu Kigambo kya Katonda.

Abo abatatambulira mu kigambo, b'ebo abakola ebibi. B'ebo abakolokota abantu abalala, ne bakwatibwa obuggya n'ensaalwa, era ne bakyaawa baganda baabwe. Tebakuuma lunaku lwa Sande nga lutukuvu, kale bayinza okuba 'batera okugenda ku kanisa,' naye, tebasobola kuyitibwa 'batukuvu.' Abo bye bisusunku abatasobola kulokolebwa mu maaso ga Katonda. Mukama ajja kudda okutwala eng'ano yennyini so si bisusunku. Kale tulina okufuuka eng'ano ennungi. Tulina okufubanga okutuuka ku bulokozi obutuukiridde nga tutambulira mu Kigambo kya Katonda.

Mu lunyiriri 3 omutume Pawulo awa omukisa abo abagenda ku kanisa era ne bafuba okulaba nti bafuuka abaana ba Katonda abatukuvu. Abasabira omukisa okufuna ekisa n'emirembe. Wadde bayinza okuba tebannasaanira kuyitibwa batukuvu, abo abagenda ku kanisa, basaba era ne bafuna okukkiriza. Yensonga lwaki awa bonna omukisa ogw'ekisa n'emirembe.

Wano, 'ekisa' kitegeeza obulokozi bwa Yesu Kristo Katonda bwatuwa obuwi awatali muwendo gwe tusasula. Katonda atuwa obulamu era n'alokola ffe abakkiririza mu linnya lya Mukama, nti yafa ku musalaba ku lwaffe era n'azuukira. Kino kye kisa Kye.

Bwe tutegeera amazima ku Katonda y'ani, era ne tutegeera okwagala Kwe, ne tumanya engeri gye tuyinza okufuna emikisa, era ne tutambulira mu Kigambo eky'amazima, olwo nno emirembe ginnajja gye tuli. Era mukisa gwa Katonda nti yalung'amya Pawulo n'asobola okuwandiika ekitabo kino mu Bayibuli.

Nneebaza Katonda wange bulijjo ku lwammwe, olw'ekisa kya Katonda kye mwaweerwa mu Kristo Yesu, Kubanga mu buli kigambo mwagaggawalira mu Ye, mu kwogera kwonna ne mu kutegeera kwonna, ng'okutegeeza kwa Kristo bwe kwanywezebwa mu mmwe. Mmwe obutaweebuuka mu kirabo kyonna, nga mulindirira okubikkulibwa kwa Mukama waffe Yesu Kristo. (1:4-7)

Omutume Pawulo abeera ayogera nti nneebaza Katonda. Ffe abaalokolebwa okuyita mu kisa kya Yesu Kristo tulina okwogeranga bwe tutyo.

Eriyo abantu abagamba nti abakkiriza boogezi balungi, ngamba nti ekyo kituufu, naddala singa tubeera nga tumanyi amazima, tujja kubeera boogezi balungi ddala. Naye nga Omwoyo Omutukuvu oyo ali mu mitima gyaffe yatusobozesa okwogera obulungi, era nga tebubeera busobozi bwaffe. Kale, n'omuntu alina ensonyi asobola okwogera nga teyeetya ng'aweera Yesu Kristo obujjulizi bw'ayiga Ekigambo kya Katonda.

Olunyiriri 6 lugamba, "ng'okutegeeza kwa Kristo bwe kwanywezebwa mu mmwe." Kutegeeza kwa kika ki kuno okwa Kristo, okwanywezebwa mu ffe? Yesu yajja ku nsi kuno ng'Omwana wa Katonda era n'atununula mu bibi ng'afa ku musalaba. Yatuukiriza okwagala kwa Katonda era n'azuukira. Oluvannyuma n'agenda mu ggulu, naye nga n'atalinnya mu ggulu Yatusuubiza nti ajja kudda. Bwe tuwuliriza ekigambo kino eky'amazima okuva mu basumba n'ab'oluganda mu kukkiriza, okukkiriza kwaffe kukula era ne kunywezebwa.

Yesu yatuukiriza Amateeka n'okwagala. Naffe tusobola okutambulira mu Kigambo eky'amazima bwe twagalira ddala

Katonda mu bujjuvu. Abo abakuuma Ekigambo kya Katonda era balyesunga okujja okw'okubiri okw'omugole waffe, Yesu Kristo nga bwe kisangibwa mu Okubikkulirwa 22:20. Bayibuli efaananya Mukama ku mugole era abakkiriza n'ebayita abagole Be. N'olwekyo, si bakazi bokka, wabula n'abasajja bonna, bayitibwa 'abagole' ba Mukama. Abo abalina ekirabo ky'okwagala, kwe kugamba abo abatambulira mu mazima, bayaayaana era balindirira Mukama omugole waffe omusajja, kubanga beetegeka ng'abagole abakyala bwe beetegeka ku mbaga yaabwe.

N'olwekyo, olunyiriri 7 lugamba, "Mmwe obutaweebuuka mu kirabo kyonna, nga mulindirira okubikkulibwa kwa Mukama waffe Yesu Kristo." Wano ekigambo 'kirabo' kitegeeza ekirabo eky'okwagala okwayogerwako mu 1 Bakkolinso 13. Kye kirabo ky'okwagala Katonda n'omutima gwaffe gwonna, ebirowoozo n'emmeeme.

Era alibanyweza okutuusa ku nkomerero, obutabaako kya kunenyezebwa ku lunaku lwa Mukama waffe Yesu Kristo. Katonda mwesigwa, eyabayisa okuyingira mu kusseekimu kw'Omwana we Yesu Kristo Mukama waffe. (1:8-9)

Wano, 'Alibanyweza', Mukama y'aba ayogerwako, Yesu Kristo n'Omwoyo Omutukuvu mu kiseera kye kimu. Tetusobola kwekuuma butatambulira mu kibi nga tetuyambiddwako. Omwoyo Omutukuvu atuweebwa ng'ekirabo bwe tukkiriza Yesu Kristo. Omwoyo Omutukuvu atuyamba okutegeera amazima n'okutusobozesa okutambuira mu Kigambo.

Olunyiriri 8 lugamba, "Alibanyweza okutuusa ku nkomerero, obutabaako kya kunenyezebwa ku lunaku lwa Mukama waffe Yesu Kristo." Olunaku lwa Mukama waffe Yesu Kristo lutegeeza olunaku Yesu Kristo lwalikomerawo omulundi ogw'okubiri, oba olunaku olw'Omusango. 'ggwe' ayogerwako mu lunyiriri luno teboogera ku ba memba b'ekkanisa ye Kkolinso bokka, wabula abaana bonna aba Katonda.

Tufuna obulokozi mu linnya erya Yesu Kristo. Olwo, tusobola okufuna obulokozi okuyita mu Yesu Kristo yekka awatali Katonda? Yesu Kristo yajja ku nsi kuno olw'okwagala kwa Katonda, era tulokolebwa kubanga Yesu Kristo yatununula mu bibi.

Ekyo tekitegeeza nti tulokolebwa na Katonda ne Yesu Kristo bokka. Tetuyinza kulokolebwa Omwoyo Omutukuvu bw'aba taliiwo ku lwaffe. Bwe twatula nti tuli b'onoonyi era mu bwetoowaze ne tukkiriza Yesu Kristo ng'omulokozi waffe, Omwoyo Omutukuvu ajja mu mutima gwaffe era n'atulung'amya eri amazima. Atuganya okutegeera ekibi kye ki, obutuukirivu, n'omusango, era n'atuwa ekisa n'amaanyi tusobole okunywera mu kukkiriza era tufune obulokozi.

N'olwekyo, tulina okutegeera nti tulokolebwa okuyita mu Katonda Obusatu, kwe kugamba, okuyita mu Katonda Kitaffe, Katonda Omwana, n'Omwoyo Omutukuvu. Okutuuka mu kiseera eky'Omusango, Yesu Kristo n'Omwoyo Omutukuvu batunyweza obutabaako kyakunenyezebwa okutuuka ku nkomerero.

Olunyiriri 9 lugamba, "Katonda mwesigwa, eyabayisa okuyingira mu kusseekimu kw'Omwana we Yesu Kristo Mukama waffe.." Wagamba, 'mwayitibwa' kubanga Katonda yatuyita eri ekkanisa okukkiririza mu Yesu Kristo. Tetwajja mu maaso ga Katonda ku lwaffe. Teri muntu yenna asobola okujja eri Katonda okujjako ng'omuntu ayitiddwa Katonda. N'olwekyo tetulina kugamba nti twajja eri ekkanisa era nti tufunye obulokozi nga ffe tukyesaliddewo. Twayitibwa buyitibwa.

Waliwo engeri nnyingi Yesu zayitibwamu gamba nga 'Omwana We,' 'Yesu,' 'Kristo,' 'Mukama Waffe,' n'ebirala bingi. Si lwakuba nti Katonda ayagala okuwulikika ng'omuzibu. Kiri bwe kityo kubanga mu buli manya ago gonna, mulimu amakulu ag'omwoyo ganjawulo.

Katonda yalina ekyama n'enteekateeka bye yakweka okuviira ddala nga n'ebiro tebinnabaawo. Ye yali enteekateeka y'obulokozi bwaffe era ng'ekyama ye yali Yesu Kristo. Yesu bwayitibwa 'Omwana We,' kitegeeza nti Ye Mwana omu Yekka owa Katonda. Omwana we yajja ku nsi kuno, nga 'Yesu,' ekitegeeza 'Oyo anaalokola abantu Be okuva mu bibi byabwe' (Matayo 1:21).

'Kristo' kitegeeza 'Oyo eyafukibwako Amafuta,' era nga ye muntu eyafuna ekiragiro butereevu okuva eri Katonda. Gamba nga, mu kitiibwa 'Omwana We, Yesu Kristo Mukama waffe' kirina amakulu 'omwana wa Katonda omu yekka, nga kye kyama ekyakwekebwa ng'ebiro tebinnabaawo, eyazaalibwa ku nsi kuno okulokola abantu Be okuva mu bibi, era n'atununula mu bibi byaffe era n'atuwa obulokozi, bwatyo n'afuuka Omulokozi waffe.'

Era kitegeeza nti Katonda mwesigwa. Kitegeeza Yeesigamwako era w'amazima. Era bwe tusinza Katonda, tugamba nti mwesigwa. Tumusinza olw'obuyinza Bwe n'ekigambo kino. Tusobola okwogera ku bulungi bwa Katonda, okwagala, n'okusaasira okutwaliza awamu nga tugamba nti Katonda mwesigwa.

Jesucristo nuestro Señor', está inmerso el significado de 'el Unigénito Hijo de Dios, el secreto oculto desde antes del inicio de los tiempos, quien nació en este mundo para salvar a Su pueblo de sus pecados, el que nos redimió y nos dio salvación, convirtiéndose así en nuestro Salvador'.

Dice además que 'Dios es fiel', lo que significa que Dios es digno de confianza y veraz. Asimismo, cuando alabamos a Dios, decimos que Él es fiel; alabamos Su omnipotencia con esta palabra y podemos expresar Su belleza, hermosura y misericordia en general al decir que Dios es fiel.

Bonna Okwogeranga Obumu

Naye mbeegayirira, ab'oluganda, olw'erinnya lya Mukama waffe Yesu, mwenna okwogeranga obumu, so okwawukana kulemenga okuba mu mmwe, naye mugattirwenga ddala mu magezi gamu ne mu kulowooza kumu. Kubanga nnabuulirwa ebifa gye muli, baganda bange, abo ab'omu nnyumba ya Kuloowe, ng'eriyo ennyombo mu mmwe. Kyenjogedde kye kino buli muntu mu mmwe ayogere nti, 'Nze ndi wa Pawulo,' nange ndi wa Apolo,' nange ndi wa Keefa,' 'nange ndi wa Kristo.' (1:10-12)de Pablo, yo de Apolos, yo de Cefas, yo de Cristo" (1:10-12).

Pawulo yeegayirira abaana ba Katonda bonna okuba obumu. Naye abantu bonna basobola batya okukkiriziganya ne babeera bumu nga abantu buli omu alina endowooza eyiye n'engeri gye balamu ebintu ya njawulo? Wano, 'abantu bonna okwogeranga obumu' kitegeeza tusobola okukikola bwe tutegeera Ekigambo kya Katonda obulungi era ne tutambulira mu mazima.

Bwe wabaawo enkaayana, kitegeeza tukyalina ebirowoozo

ebitaliimu mazima era nti tetuli bumu mu Katonda. N'olwekyo, amakulu g'Ekigambo kino gategeeza nti tulina okweggyako ebirowooza ebitaliimu mazima era tutambulire mu mazima.

Bwe tutambulira mu Kigambo kya Katonda, omutima gwaffe, okwagala n'ebirowoozo, kijja kujja kyokka ffe okubeera obumu. Omutima gwaffe, ebirowoozo, n'emmeeme, wamu n'okwagala n'ebirowoozo bisobola okufuuka obumu bwe tugoberera eddoboozi ery'Omwoyo Omutukuvu, kubanga amazima gali gamu.

Eky'okulabirako, katugambe omuntu alina amagezi n'okulung'amizibwa kw'omwoyo byabuuza okuva mu bantu ab'enjawulo. Ekituufu kiri nti, buli omu ku bbo ajja kuwa amagezi naye nga bonna tebasobola kuwa magezi ge gamu ddala. Kiri bwe kityo lwakuba tebali bumu mu mazima. Kyokka abawi b'amagezi oba abasumba bwe batambulira mu Kigambo kya Katonda era nga bawulira eddoboozi ly'Omwoyo Omutukuvu bulungi, bajja bonna kuwa eky'okuddamu nga kyenkana kye kimu ddala.

Nga Abaruumi 8:14 bwe wagamba, "Kubanga bonna abakulemberwa Omwoyo gwa Katonda, abo be baana ba Katonda," Amagezi n'ebigambo bye banaamugamba biyinza okubeera bye bimu kubanga Omwoyo Omutukuvu yabalung'amya.

Omutume Pawulo abeegayirira nga abagamba nti, "...so okwawukana kulemenga okuba mu mmwe, naye mugattirwenga ddala mu magezi gamu ne mu kulowooza kumu." Tulina okwambala Ekigambo kya Katonda kyokka, kubanga ekigambo kya Katonda ge mazima era ekipimo ekisingirayo ddala mu kusalawo.

Ggwe muntu akalambira nti oli mutuufu n'otandika okuwakana n'okwawula mu bantu? Katonda ebikolwa eby'ekika ekyo abiyita ekkung'aniro lya setaani era tasonyiwa bintu bya kikula ekyo. Mu kanisa temulina kuba kwekutulamu wadde nakamu. Pawulo yategeera nti mu kanisa ye Kkolinso mwalimu enjawukana okuva mu bantu ba Kuloowe. Ba memba mu kanisa ye Kkolinso baagobereranga endowooza zaabwe era tebaatambuliranga mu mazima. Kino kyabaleetera okwekutulamu. Eno yensonga lwaki agamba nti "'Nze ndi wa Pawulo,' nange ndi wa Apolo."
Ennaku zino, tutera okulaba enjawukana mu kanisa. Kino tekikolebwa nakulung'amizibwa kwa Mwoyo Mutukuvu, wabula okuyita mu kusiikuula kwa Setaani. Omuntu yenna bwaleetawo enjawukana olw'okuba ebirowoozo bye tebikwatagana na Kigambo kya Katonda, olwo nno libeera kung'aniro lya Setaani.

Waliwo ekifo kye n'agendamu okukulembera okusaba okw'okudda obuggya. Ekkanisa nga 40 ze zaali zikung'anidde mu kifo ekyo. N'empulira nti ekkanisa nnyingi zaalina enjawukana mu zo. Era zaali tezisobola kubeera n'abasumba balwawo. N'awulira bubi nga mpulidde ekintu ng'ekyo. Era nga waaliwo n'abali beetutte mu mbuga z'amateeka. Kubanga nga buli omu abeera yayagala okufuuka omukulembeze. Ebintu eby'ekika kino biva eri Setaani.

Mu Matayo 16:21, Yesu yagamba abayigirizwa Be nti alina okugenda e Yerusaalemi, aboneebona ebintu bingi okuva mu bakadde, bakabona abakulu, n'abawandiisi, era attibwe, olwo

alyoke azuukizibwe ku lunaku olw'okusatu.
Peetero bwe yawulira kino, n'agamba nti kino talikikkiriza kutuuka ku Mukama. Yakyogera kubanga yali ayagala nnyo mukama we. Naye Yesu yagamba, "Dda emabega wange ggwe Setaani," olw'okuba kwe kwali okwagala kwa Katonda, Ye okubonaabona ku musalaba era nga kyalina okubeerawo olw'okutuukiriza ekigendererwa eky'obulokozi.
Kale, Yesu yali tategeeza nti Peetero yali Setaani. Yakyogera kubanga Peetero yali alina ekirowoozo eky'omubiri mu ye. Ebigambo bya Peetero byali tebiva eri Mwoyo Mutukuvu wabula biva ku mirimu gya Setani.

Ffe okusobola okufuuka abaana ba Katonda abagalwa, tetulina kuwaayiriza oba okukolokota abantu abalala okusobola okwawula mu bantu. Tulina okubeera n'omutima gumu n'okuba n'okwagala kumu mu Mukama awatali kutya wamu n'okwagala kwa Katonda. Era tulina n'okwagala baliraanwa baffe nga bwe tweyagala, nga tubasabira n'amaziga.

Olunyiriri 12 lugamba, "Kyenjogedde kye kino buli muntu mu mmwe ayogere nti, 'Nze ndi wa Pawulo,' nange ndi wa Apolo,' nange ndi wa Keefa,' 'nange ndi wa Kristo..'"
Mu kkanisa muyinza mutya okubeeramu enjawukana? Abasumba n'abakadde be kanisa si be baatununula mu bibi nga bafa ku musalaba. Buli omu wa Yesu Kristo kubanga Yesu Ye yakomererwa ku musalaba okununula abantu bonna mu bibi byabwe. Tetukyogeranga nti tuli ba musumba gundi, omukadde, oba omuntu omulala yenna, wabula Mukama Yesu Kristo.
Nolwekyo, tetulina kwogera nti, "Omukkiriza oyo yanyizizza

nnyo, nze sijja na kudda mu kanisa." Tugenda mu kanisa nga tutunuulira Yesu Kristo yekka, n'olwekyo tetulina kwesittala lwa bantu. Era, abo abanyiiga bakikola lwakuba balowooleza kumpi. Abo abalina emitima eminene tebajja kunyiiga mangu kubanga babeera basobola okuwambaatira abalala n'okubagumiikiriza. Omuntu yenna bw'aba akolokota abalala, abasalira emisango, asunguwala mangu, oba ng'ayawuyawula mu bantu, alina okwetunulamu ennyo.

Mu kukola kino olwo tusobola okubeera n'obuvumu okweggyako ebintu ebyo ebikontana n'Ekigambo kya Katonda, tuteeke obwesigwa bwaffe mu Kigambo Kye era tumugondere. Olwo nno tusobola okubeera mu kwagala kwa Katonda.

Kristo ayawuliddwamu? Pawulo yakomererwa ku lwammwe? Oba mwabatizibwa okuyingira mu linnya lya Pawulo? Nneebaza Katonda kubanga sibatizanga muntu yenna mu mmwe, wabula Kulisupo ne Gaayo, Omuntu yenna alemenga okwogera nga mwabatizibwa okuyingira mu linnya lyange. (1:13-15)

Pawulo yagamba, "Kristo ayawuliddwamu?" Yali awulira bubi nnyo olw'enjawukana ezaali mu kanisa ye Kkolinso. Era yali musanyufu nnyo nti yali abatizza ba memba batono, Abakkiriza abamu mu kanisa ye Kkolinso baali baakitegeera bubi, nti eyabalokola ye muntu eyababatiza.

Pawulo n'abasomesa ng'akozesa amazima, naye nga baali baakitegeera bubi nti Pawulo ye yali omulokozi waabwe. Pawulo ng'ateekwa okuba yawulira okuswala! Kale, abeera kubeera nga yali abatizza abakkiriza bangi ekitegeeza bandimuweerezza nga gyoli ye Mulokozi. Yensonga lwaki yali musanyufu nti yali abatizza batono. Abasumba oba abaweereza ba Katonda balina okukulembera abantu okubatwala ku ludda lwa Katonda nga babasomesa nti Yesu Kristo ye Mulokozi. Nti bbo tebasobola kulokola. Nga bwe kyogera mu 1 Bakkolinso 3:6, abantu basobola kukola kimu, kusimba n'okufukirira, kyokka oyo abikuza ye Katonda yekka.

Yesu Kristo ye Mulokozi. Abantu abamu bambuzanga ekibuuzo. "Musumba, si kikyamu abakkiriza okukugoberera nga gyoli oli Yesu?" Ne ndyoka mbaddamu nti. "Nedda, teri memba wa kanisa yange andowooza nti ndi Mulokozi. Bangoberera ng'omuweereza wa Mukama oyo Katonda gwalaga emirimu Gye." Era amazima gali nti, mpulira obuswavu omuntu okumbuuza ekibuuzo eky'ekika ekyo. Ere ntegeerera ddala bulungi Pawulo bwe yawulira bwe yali atuuse ku kitundu kino mu bbaluwa ye.

Olwaleero, eriyo abantu abeeyita 'Abalokozi' oba 'Omuti omuzabibbu,' kyokka eriyo ababagoberera. Kya nnaku nnyo! Bwe ng'amba nti, "nze Katonda, mungoberere!" tewali memba yenna ow'ekkanisa yange ajja okukikkiririzaamu, kubanga bayambazibwa bulungi nnyo n'amazima ga Katonda.

Okwagala omuweereza wa Katonda nga Katonda naye amwagala, kwe kwagala ekkanisa, era okwagala ekkanisa kwe kwagala Katonda. Olw'okuba twagala Katonda, twagala omuweereza wa Katonda oyo atulung'amya eri obulokozi. Bwe tugamba nti twagala Katonda nga naye omusumba tetumwagala oyo gwe tusobola okulabako, tubeera twerimba. Abantu bonna bagala abazadde baabwe okubeera ab'ekitiibwa era babeere abantu abasingayo obulungi. Abaana bwe bateesiga bazadde baabwe, ebiseera ebisinga babeera bajja kuwaba. Bwe teteesiga musumba oyo atukulembera, kiba kizibu ffe okweweerayo ddala eri ekkanisa.

Olwo nno, tujja kwesamba ffeka ekkanisa, nga tetwagala Katonda. Omusumba w'ekkanisa bw'aba tasobola kuweebwa kitiibwa, kibeera kibi nnyo.

Era nnabatiza n'ennyumba ya suteefana, nate simanyi nga nnabatiza omulala yenna. (1:16)

Pawulo agamba nti tabatizanga muntu yenna okujjako Kulisupo ne Gaayo e Kkolinso. Wano, agamba nti yabatiza n'ennyumba ya Stefaana. Yababatiza mu Akaya ngali ku lugendo lw'obuminsane.

1 Abakkolinso 16:15-18 wagamba, "Naye mbeegayirira, ab'oluganda (mumanyi ennyumba ya Sutefana, nga gwe mwaka omubereberye ogw'omu Akaya, era beeteeseteese okuweereza abatukuvu), nammwe muwulirenga abali ng'abo, na buli muntu akolera awamu naffe afuba. Era nsanyukira okujja kwa Sutefana ne Folutunaato ne Akayiko, kubanga ebyabula ku lwammwe baabituukiriza. Kubanga baawummuza omwoyo gwange n'ogwammwe, kale mukkirizenga abali ng'abo."

Sutefana yali muntu mwesigwa nnyo eyeewaayo yenna okuweereza abatukuvu, era omutume Pawulo yennyini ye yamubatiza. Pawulo bwatyo n'akubiriza abalala okuwuliranga omuntu ng'oyo. Era n'abakubiriza obutagondera musajja ng'oyo yekka olw'okuwaayo obulamu bwe bwonna okuweereza abakkiriza, wabula n'abantu bonna abeewaayo mu kuweereza n'okukola nga ye.

Mu nsi muno, abantu bagondera abo bokka abali mu bifo ebya waggulu oba abalina obuyinza obungi. Naye Abakristaayo tebalina kutunuulira bitiibwa, buyinza oba bugagga. Tulina okukitwala nti kya mpisa ffe okugondera abo abeesigwa mu Mukama, kubanga tetufa ku bitiibwa, buyinza, oba obugagga ng'ekintu ekikulu mu Mukama.

Tulina okulowooza ku ngeri gye tugonderamu abasajja ab'okukkiriza abawaayo obulamu bwabwe eri obuweereza. Tulina okwetunulamu oba nga twamala gaboogerako oba twasonga mu bantu b'ekika ekyo ennwe. Omutume Pawulo yakubiriza abantu b'e Kkolinso okuwuliranga abo abeesigwa mu Mukama era tuganye n'abalala okutegeera engeri gye baaweebwamu ekitiibwa n'omulimu gwe baali bakola.

Mu lunyiriri 16 omutume Pawulo agamba, "Era nnabatiza n'ennyumba ya suteefana, nate simanyi nga nnabatiza omulala yenna.." Yayogera ebigambo ebyo kubanga yali atandise okwerabira olw'okuba ekiseera kyali kiyiseewo kinene bukya yagenda ku ngendo ezo.

Olwo, omutume Pawulo yabatiza abantu basatu bokka? Mu Bikolwa 16:33, omutume Pawulo ne Siira bwe baali mu kkomera, omukulu w'amakomera n'ab'ennyumba ye bonna ne bakkiriza Mukama era ne babatizibwa Pawulo. Lwakuba Pawulo yali takyajjukira bulungi, we yawandiikira ebbaluwa eno.

Kubanga Kristo teyantuma kubatiza, wabula okubuulira enjiri, si mu magezi ga bigambo, omusalaba gwa Kristo guleme okubeera ogw'obwereere. (1:17)

Katonda talonda baweereza Be era n'abaganya bayimirire ku kituuti, okuteeka essira ku kubatizibwa kwokka. Balondebwa basobole okubuulira enjiri ey'omusalaba abantu basobole okulokolebwa.

Buli muntu yenna alina omutendera kwali mu kukozesa ebigambo. Abamu balina bye bamanyi bingi ate abalala balina ekitone ky'okwogera mu bantu. Yensonga lwaki bandiba nga basobola okubuulira n'ebigambo eby'amagezi oba okuteeka mu bantu ebigambo eby'amakulu. Naye omutume Pawulo teyabuulira njiri n'amagezi ag'ensi eno oba ng'akozesa ekitone ky'okwogera.

Abantu abamu bagamba tebasobola kubuulira njiri kubanga tebamanyi kwogera. Kyokka wadde omwogezi si mwogezi mulungi, emirimu gy'Omwoyo Omutukuvu gijja kumulung'amya bwanaaba abuulira Katonda y'ani, Yesu Kristo y'ani, n'ekkubo ery'omusalaba, okuzuukira, Okudda kwa Mukama okw'omulundi ogw'okubiri, Eggulu wamu ne Ggeyeena.

Ennaku gye zigenda zeeyongera, abantu beeyongedda okumanya ebintu n'okweyongera okukuguka mu bintu bingi, kyokka wadde guli gutyo empisa zaabwe zo zeeyongera kwonooneka. Boongera kwonoonebwa kibi buli lukya. Tetusobola kukyusa mitima gy'abantu oba okubasigamu okukkiriza olw'okwogera obulungi oba n'amagezi g'ensi eno.

Yensonga lwaki olunyiriri 17 lugamba, "... si mu magezi ga bigambo, omusalaba gwa Kristo guleme okubeera ogw'obwereere." Okubuulira enjiri n'amagezi g'ensi oba n'okumanya okwogera tekikwatagana na kwagala kwa Katonda, na bwe kityo Omwoyo Omutukuvu tasobola kukolera mu bo. Katonda mwoyo, era Ekigambo Kye kye kigambo eky'omutendera ogw'okuna, nga gwe mutendera ogw'omwoyo. 1 Abakkolinso 2:13 wagamba, "N'okwogera twogere ebyo, si mu bigambo amagezi g'abantu bye gayigiriza, wabula Omwoyo by'ayigiriza bwe tugeraageranya eby'omwoyo n'eby'omwoyo." Tetusobola kutegeera Kigambo kya Katonda nga tetuyambiddwako Mwoyo Mutukuvu.

Okuva 12:8-9 woogera ku ngeri y'okulyamu omwana gw'endiga. Wagamba, "Awo balirya ennyama mu kiro kiri, ng'eyokebwa n'omuliro, n'emigaati agitali mizimbulukuse, baligiriira ku nva ezikaawa. Temugiryangako mbisi newakubadde enfumbe n'amazzi wabula enjokye n'omuliro, omutwe gwayo n'ebigere byayo n'eby'omunda byayo."

Omwana gw'endiga ogwogerwako mu Kuva mu mwoyo kitegeeza Yesu Kristo. Yokaana 1:29 kyawandiikibwa nti, "Laba, Omwana gw'endiga gwa Katonda, aggyawo ebibi by'ens!" Okuggyako nga tulidde omubiri ne tunywa n'omusaayi gw'Omwana w'Omuntu, tetulina bulamu era tetusobola kufuna obulamu obutaggwaawo (Yokaana 6:53). N'olwekyo, tulina okulya omubiri gw'Omwana w'Omuntu, nga gwe mubiri gwa Mukama, nga ye mwana gwe Ndiga.

Olwo, tuyinza tutya okulya Omwana gw'Endiga? Lutugamba nti tetugirya nga mbisi, oba nga nfumbe, wabula ng'eyokeddwa ku muliro, nga yonna erina okuliibwa n'omutwe gwayo, amagulu n'ebyenda. Kino kitegeeza nti tulina okutegeera Ebigambo ebiri mu bitabo enkaaga mw'omukaaga byonna ebya Bayibuli okuyita mu kulung'amizibwa kw'Omwoyo Omutukuvu. Okulya Ennyama y'Omwana gw'Endiga nga mbisi oba nga nfumbe mu mazzi kitegeeza okutegeera Ekigambo kya Katonda n'amakulu ag'okungulu nga bwe tukigattamu amagezi ag'ensi.

Katutegeere nti tetusobola kukyusa mitima gy'abantu oba okusiga okukkiriza mu bantu n'amagezi ag'okwogera. Tulina okubuulira enjiri nga tugoberera okulung'amizibwa Omwoyo Omutukuvu kwokka.

Kristo Ge Magezi era Amaanyi ga Katonda

Kubanga ekigambo kya Katonda eky'omusalaba bwe busirusiru eri abo ababula, naye eri ffe abaalokolebwa ge maanyi ga Katonda. (1:18)

PEri abo ababula, kwe kugamba abo abatakkiririza mu Yesu Kristo, ekigambo ky'omusalaba kibeera nga busirisiru. Abatakkiriza abamu batwala abakkiriza nti basirusiru. Abamu bekkiririzaamu bokka nga bagamba, "Tuyinza tutya okukkiririza mu Katonda gwe tutasobola na kulaba?" Kiri bwe kityo lwakuba obubaka bw'omusalaba bulinga busirusiru gye bali. Naye eri abakkiriza abali mu kufuna obulokozi, ago ge maanyi ga Katonda.

Yokaana 11:25-26 wagamba, "Yesu n'amugamba nti, 'Nze kuzuukira n'obulamu, akkiriza Nze, newakubadde ng'afudde, aliba mulamuna buli muntu mulamu akkiriza nze talifa emirembe n'emirembe, Okkiriza ekyo?'"

Nga bwe kyogerwa, abo abaana ba Katonda abakkiriza Yesu

Kristo tebalifa. Emibiri gyabwe gino egy'okungulu gijja kufa era gidde mu nfuufu, naye omwoyo gwabwe gujja kulokolebwa era gubeerewo olubeerera mu bwakabaka obw'omu ggulu. Eyo yensonga lwaki Bayibuli egamba, omukkiriza bw'afa, kye bava bagamba nti "yeebase", so si nti "afudde".

Ebikolwa 7:59-60 wagamba, "Ne bakuba amayinja Suteefano bwe yasaba n'agamba nti, 'Mukama wange Yesu, toola omwoyo gwange!' N'afukamira n'akaaba n'eddoboozi ddene nti, 'Mukama wange, tobabalira kibi kino. Bwe yamala okwogera ebyo ne "yeebaka."

Okuva mu kufa okudda mu kuzuukira n'obulamu obutaggwaawo tebisbola kutegeerebwa oba okusengejjebwa n'amagezi ag'abantu. Kikolebwa lw'amaanyi ga Katonda gokka.

Olwo amaanyi ga Katonda kye ki?

Yokaana 8:44 wagamba, "Mmwe muli ba kitammwe Setaani, era mwagala okukola okwegomba kwa kitammwe." Kino tekitegeeza nti kitaffe ow'omubiri ye setaani naye nti abo abatali ba Katonda babeera ba Setaani, omufuzi w'ensi eno.

Okutuuka Yesu Kristo bwe yagenda ku musalaba ku lwaffe ab'onoonyi, twali ba setaani. Naye okuyita mu kkubo ery'omusalaba, Katonda n'afuuka Kitaffe. Gano ge maanyi ga Katonda.

1 Yokaana 3:10 wagamba, "Kubanga kino abaana ba Katonda n'abaana ba Setaani kwe balabikira, buli muntu yenna atakola butuukirivu si wa Katonda, newakubadde atayagala muganda we."

Wagamba nti abo abatayagala baganda baabwe si ba Katonda. Era bwe babeera nga si ba Katonda kitegeeza nti ba setaani. Waliwo fenna bwe twabeeranga aba setaani. Nga tewali n'omu ku ffe ayagalira ddala baganda baffe n'okutambulira mu butuukirivu. Twatandika okwagala baganda baffe n'okutambulira mu butuukirivu oluvannyuma lw'okuwulira ku kkubo ery'omusalaba, ne tukkiriza Yesu Kristo, era ne tutandika okutambulira mu Kigambo kya Katonda.

Mu ngeri eno abo abaali aba setaani bwe tutyo ne tufuuka aba Katonda. Gano ge maanyi ga Katonda. Edda, twali tetulina kya kukola nga tulina kubeera b'onoonyi, naye okuva lwe tukkiriza Yesu Kristo, Omwoyo Omutukuvu ayingira mu ffe era n'atusobozesa okweggyako buli kika kya butali butuukirivu n'atusobozesa okutambulira mu butuukirivu bwa Katonda. Gano ge maanyi ga Katonda.

Bwe twali nga tukyali mu nsi, nga tetunnakkiririza mu Katonda, tekyali kyangu ffe okuva ku bintu ng'omwenge n'okufuweeta sigala. Okufuba kwaffe olumu okubivaako tekutwala wadde ennaku essatu. Nange n'agezaako okuva ku sigala, n'ensuula sigala yenna gwe nali nina, naye ne mulondayo n'enziramu okumunywa nga tewannayita na nnaku.

Naye bwe nakkiriza Mukama, kyali kyangu nnyo nze okulekayo okunywa sigala n'okunywa omwenge. N'asobola okubirekayo mu bwangu, kubanga nali nzijjudde Omwoyo Omutukuku okuyita mu kusaba. Ge maanyi ga Katonda okukyusa abantu ne basobola okweggyako agatali mazima ne batambulira mu butuukirivu nga bayambibwako Omwoyo

Omutukuvu.

Kubanga kyawandiikibwa nti, "Ndizikiriza amagezi g'abagezigezi, n'obukabakaba bw'abakabakaba ndibuggyawo." (1:19)

Mu nsi muno, eriyo abantu abalowooza nti bagezi era nga balowooza bali waggulu nnyo mu kumanya n'okutegeera. Nga balaba bali wala mu by'enjigiriza, bali wala mu by'obulamu n'okujanjaba, mu bya sayansi ne tekinologiya ne mu bintu ebimu eby'obuwangwa bwabwe. Naye mu maaso ga Katonda n'eri abakiriza si bwe kiri.

Omubuulizi 1:2 wagamba, "'Obutaliimu obusinga obutaliimu bwonna, bw'ayogera Omubuulizi, obutaliimu obusinga obutaliimu bwonna, byonna butaliimu.'" Okumanya, etutumu, obuyinza, n'obugagga byonna biggwaawo ne bibulawo. Abantu bonna balina okufa. Tetuyinza kufuna bulokozi ne tugenda mu bwakabaka obw'eggulu okuyita mu bugagga bwaffe, amagezi gaffe, oba okumanya. Omukulembeze w'eggwanga lyaffe ayinza okweyagalira mu bintu ebingi, kyokka, ku nkomerero naye ajja kugwa mu Ggeyeena bw'aba talina kukkiriza. Olwo obugagga buno buyamba ki, amagezi n'okutegeera?

N'olwekyo, Katonda agamba Ajja kuzikiriza amagezi g'abagezigezi era aligyawo obukabakaba bw'abakabakaba. N'ebintu bino byonna biriggwaawo era bifuuke ebitalina muwendo gwonna. Mu maaso ga Katonda, ddala busirusiru.

Kyokka, tebubeera butaliimu okuba ne tutumu, obuyinza,

oba obugagga mu Yesu Kristo. Tusobola okuddiza Katonda ekitiibwa nga tulina ebisaanyizo bino olw'okwongerayo obwakabaka bwa n'obutuukirivu bwa Katonda. Eno yejja okubeera empeera yaffe mu ggulu, kale gubeera mukisa.

Abo abatalina kukkiriza era nga tebamanyi Katonda Omutonzi eyabakola. Bakkiririza mu magezi gaabwe, obugagga n'okumanya nti kye ky'omuwendo ekisinga kye balina bwe batyo ne bakwata ekkubo ery'okuzikirira. Na bwekityo, mu maaso ga Katonda, babeera basirusiru.

Isaaya 29:14 wagamba, "Kale laba, ng'enda okukola omulimu ogw'ekitalo mu bantu bano, omulimu ogw'ekitalo era eky'amagero; n'amagezi g'abagezigezi baabwe galizikirira, n'okutegeera kwa bakabakaba baabwe kulikwekebwa."

Ekigambo kino kyatuukirizibwa okuyita mu Yesu Kristo. Mu Matayo 11:25-26 wagamba, "Mu biro ebyo Yesu yaddamu n'agamba nti, 'Nkwebaza Kitange, Mukama w'eggulu n'ensi, kubanga wakisa ebigambo bino ab'amagezi n'abakabakaba n'obibikkulira abaana abato. Weewaawo, Kitange kubanga bwe kityo bwe kyasiimibwa mu maaso Go.'"

Abo abalowooza nti bagezi tebasobola kukkiriza Yesu Kristo okusobola okufuna obulokozi, naye abo abeetoowaze ng'abaana abato bajja kukkiririza mu Yesu Kristo era bafune obulokozi. N'olwekyo, amazima gali nti abo abagamba nti bagezigezi ddala be basirusiru era okutegeera kwabwe tekuliimu makulu.

Abo abeetwala okuba abagezi, tebakkiriza Yesu. Amagezi gaabwe n'okumanya byabalemesa okutegeera amazima era bwe batyo ne basigala nga basirusiru. Yensonga lwaki abawandiisi n'abasomesa b'amateeka abaali balowooza nti baali bamanyi ekigambo kya Katonda obulungi ennyo baakomerera Omununuzi waabwe. Baakwata ekkubo ery'okuzikirira, ekitegeeza nti baali tebalina magezi wadde okutegeera.

Olwo, tulina okweggyako buli kika ky'amagezi kyonna n'okumanya? Sigamba nti omuntu amagezi n'okumanya by'afuna bikyamu. Wabula, tulina okubeera nga tusobola okubikozesa ku lwa Katonda. Buli kyonna kye tukola wansi w'enjuba butaliimu, n'olwekyo tulina okusooka okuba n'amagezi wamu n'okumanya ebya Katonda.

Omugezigezi aluwa? Omuwandiisi aluwa? Omuwakanyi ow'omu nsi muno aluwa? Katonda teyasiruwaza magezi ga nsi? (1:20)

Mu kutya Mukama okumanya mwe kusookera (Engero 1:7, 9:10). Mu maaso ga Katonda, Ekipimo ekikozesebwa okutwawula oba tulina amagezi oba tetulina kwe kubeera nga tutya Katonda oba nedda.

Tusobola okufuna obulamu obw'amazima bwe tufuna amagezi n'okumanya ebiweebwa okuva eri Katonda Waggulu. Katonda kino akiteekako essira. Bwe tukwata ekkubo ery'okuzikirira olw'amagezi g'ensi eno, nga bubeera busirusiru okubeera n'amagezi g'ensi eno! N'olwekyo, ekigambo eky'amazima kyokka mu kutya Mukama kye kisobola okubeera ekipimo kwe tugerageranyizibwa. Abo abasirusiru banyooma amagezi Ge n'okuyigiriza Kwe era tebakkiririza mu Kigambo kya Katonda. Abawandiisi abatuufu b'ebo abategeera Ekigambo eky'amazima era ne bakirya ng'emmere ey'omwoyo. N'okwogera obulungi tekubeera na makulu okujjako nga kulimu obulamu. Tusobola okubeera abawakanyi abatuufu bwe tubeera nga twekutte Ekigambo kya Katonda era ne tulyoka twogera obulungi. Katonda abuuza abo abantu abakutte ekkubo ery'okuzikirira: "Bantu mmwe, amagezi gammwe n'okutegeera biri ludda wa? Omugezigezi aluwa? Omuwandiisi aluwa? Omuwakanyi ow'omu nsi muno aluwa?" Olwo nalyoka agamba, "Wadde beenyumiriza mu magezi gaabwe n'okumanya, tegasobola kubalokola, era tebasobola kwerabira ku maanyi ga Katonda." N'amaliriza ng'agamba nti, "Katonda teyasiruwaza magezi ga nsi?"

Kubanga mu magezi ga Katonda ensi olw'amagezi gaayo bw'etaategeera Katonda, Katonda n'asiima olw'obusirusiru obw'okubuulira okwo okulolokola abo abakkiriza. (1:21)

Abantu balowooza balina amagezi naye tebasobola kumanya Katonda n'amagezi g'abantu gokka. Yensonga lwaki Katonda aganya abantu bangi okutuuka ku bulokozi okuyita mu kubuulira enjiri.

Amagezi ga Katonda tegaggwaayo, naye amagezi n'okumanya kw'ensi eno bitulemesa okukkiririza mu maanyi ga Katonda, era n'olwekyo, bubeera busirusiru mu maaso ga Katonda. Tetusobola kutegeera Omutonzi Katonda n'amagezi g'abantu n'okumanya, era yensonga lwaki Katonda yasanyuka nnyo okuyita mu busirusiru obw'obubaka obubuulirwa okulokola abo abakkiriza.

Yokaana 20:29 wagamba, "Balina omukisa abakkiriza nga tebaliiko kye balabye." Ebiseera ebisinga, abantu bakkiririza mu Katonda okuyita mu kuwulira Ekigambo kya Katonda nga kibuulirwa. Okukkiriza kwe kunyweza ebyo ebisuubirwa kwe kakasizza ddala ebyo ebitalabika. Kusobola okutonda ekintu nga tekirina mwe kiva.

Katonda asanyukira eky'okulokola abantu okuyita mu kukkiriza kuno, kubanga asobola okufuna abaana abatuufu abamwagala okuviira ddala ku ntobo y'emitima gyabwe.

Abo abeemanyi era ab'empaka bagamba balina amagezi. Naye Katonda anoonya abantu abalina-emitima emirungi abalina emitima emituukirivu nga egy'abaana abato okubeera nga bakkiriza enjiri. N'olwekyo, Asanyukira nnyo obusirusiru obw'obubaka obw'omusalaba obubuulirwa okusobola okulokola abo abakkiriza.

Kubanga Abayudaaya basaba obubonero, n'Abayonaani banoonya amagezi; (1:22)

Wano, 'Abayudaaya' kirina amakulu ga mirundi ebiri.

Okusooka, kitegeeza bannanfuusi abaali mu Baisiraeri abagamba nti bamanyi Katonda, kyokka nga bakyasaba obubonero ng'obukakafu.

Mu kiseera kya Yesu, Abayudaaya baagaana okukkiriza Omulokozi waabwe wadde yabeera mu maaso gaabwe. Kiri bwe kityo lwakuba baali banoonya bubonero. Baali bagala Omununuzi atuukire mu kitiibwa era mu ngeri ennene. Baali basuubira Omununu zi okubanunula mu bufuzi bw'Obwakabaka bw'Abaruumi, balyoke babafuge. Kyokka Omununuzi eyali ababuulira enjiri teyali wa kitiibwa wadde nakamu. Yazaalibwa mu kiraalo; Era nga tayambala ngoye za bbeeyi; Teyalina na nnyumba yakubeeramu era nga abeera mu ddungu oba mu nsozi; Nga talya na bulungi. Ng'alabikira ddala ng'omuntu atalina makulu. Bannanfuusi abo baali banoonya bubonero, nga banoonya ebyo byokka ebintu ebirabibwa n'amaaso, nga tebayinza kutegeera Mununuzi waabwe.

Yesu okuzaalibwa mu kiraalo kirina amakulu ag'omwoyo. Omubuulizi 3:18 wagamba, "Ne njogera mu mutima gwange nti Kiba bwe kityo olw'abaana b'abantu Katonda alyoke abakeme. Balabe nga bo bennyini bali ng'ensolo obusolo.'" Yesu yazaalibwa mu kiraalo ensolo mwe zibeera okusobola okununula abantu abaali tebalina njawulo na nsolo era abakomyewo mu kifaananyi kya Katonda ekyasooka.

Naye bannanfuusi abaali banoonya obubonero nga tebasobola kutegeera kigendererwa kya Katonda kino eky'ebuziba era ekikulu ennyo. Nga tebasobola kulaba bintu bya mwoyo. Bbo baagezaako okunoonya Omununuzi mu ndowooza yaabwe bo nga bagoberera okwegomba kw'omubiri, okwegomba kw'amaaso, n'amalala g'ensi eno agataliimu. Era ekyavaamu, tebaategeera nti Omununuzi yeyabali mu maaso.

Amakulu amalala ag'ekigambo 'Abayudaaya' mu mwoyo kitegeeza 'abakkiriza.' Naye Abayudaaya Pawulo bali mu kuwa amagezi wano si be Bayudaaya abalina amakulu ag'omwoyo ag'abakkiriza, wabula Abayudaaya abo abaali abannanfuusi. Kigamba nti Abayudaaya baanoonyanga bubonero. Ekigambo kya Katonda kyogera ki ku muntu okusooka okulaba obubonero n'alyoka akkiriza? Yokaana 20:29 wagamba, "Yesu n'amugamba nti, 'Kubanga ondabye, kyovudde okkiriza, balina omukisa abakkiriza nga tebaliiko kye balabye.'" Balina omukisa abo abakkiririza mu Katonda era ne bakkiriza Yesu Kristo n'obwakabaka obw'omu ggulu nga bawulira Ekigambo kya Katonda so si kumala kulaba ku bubonero okusobola okukkiriza.

Abamu bagamba bajja kukkiriza nga bamaze kulaba n'amaaso gaabwe. Kyokka bwe balaba obubonera, okulabisibwa kw'emirimu gya Katonda, ddala bannakiriza? Abantu abasinga abagamba nti kino sijja kukikkiririzaamu era ne bakkiriza Katonda olw'okuba baliko obubonero bwa Katonda Omulamu bwe balabye ng'ebyamagero n'obubonero. Basobola okukkiriza essaawa eyo, naye bwe wayitawo akaseera katono basobola okulekayo okukkiriza kwabwe. Naye abo abasobola okukkiriza nga tebalabye tebabeera na mitima ginyeenyezebwa, era mu ngeri eno ddala baweebwa omukisa.

Pawulo yagamba nti Abayudaaya banoonya bubonero ate Abayonaani banoonya magezi. Olwo lwaki Abayonaani banoonya amagezi? Abayonaani baali abantu abaazuula ebintu bingi era nga bagunjufu. Amagezi g'Abayonaani gaali ga waggulu kuva dda mu byafaayo. Abantu n'abo baalina amagezi. Balina ebintu bye baasoma ne babigunjaawo okusobola okwanguya embeera mu bulamu bwabwe.

Olw'okuba Buyonaano yalina amagezi n'okumanya, Pawulo yayogera ku Bayonaani bwe yali ayogera ku nsonga y'amagezi. "Abayonaani banoonya magezi" kitegeeza nti abo abalina okumanya n'amagezi bajja kwongera nnyo okusoma okusobola okwongera ku magezi gaabwe.

...naye ffe tubuulira Kristo eyakomererwa, eri Abayudaaya nkonge, n'eri ab'amawanga busirusiru. (1:23)

Si 'Bayudaaya' oba 'Bayonaani', wabula abaana ba Katonda ababuulira ku musalaba gwa Yesu Kristo. Teboogera ku ngeri ya kufunamu sente, oba okufuna etutumu, oba okubeera mu buyinza. Wabula essira baliteeka ku ngeri y'okulokolebwamu n'omusalaba gwa Kristo.

Abayudaaya abaali abannanfuusi mu kukkiriza kwabwe kino baali tebakyagala. Lwakuba ekika ky'Omununuzi Abayudaaya gwe baali bagala si y'oyo eyali akomereddwa.

N'olwaleero, bwe tubuulira Yesu Kristo, abantu abamu bagamba nti bajja kukkiriza bwe banaamulaba n'okumukwatako. N'emitima emikakanyavu, basaba bubonero era ne bagamba tebasobola kukkiriza okujjako nga balabyeeko. Abantu bano bongera kibi ku kibi. Bwe tubuulira Yesu Kristo era ne tubagamba okwenenya, efuuka nkonge gye bali.

Kyokka wadde guli gutyo, mu kasonda mu mitima gyabwe munda, tebasobola kuwakana nti Katonda taliiyo. Bakyalinamu ku nsa entono munda ddala w'emitima gyabwe. Yensonga lwaki batya bwe bawulira ku Ggulu oba Ggeyeena. Olwo nno balina okwennenya era banoonye Katonda, naye tebagala kuwuliriza bintu bya kika ekyo era ne bagezaako okwegyako okutya okuba kubagidde.

Era, ebigambo mu lunyiriri 23 bigamba nti okubuulira Kristo eyakomererwa busirusiru eri Abamawanga. Abamawanga kitegeeza abo bonna abatali bakkiriza wadde Bayudaaya oba Bayonaani. Eri abo bonna abatakkiriza, obubaka obwa Kristo Eyakomererwa bulinga busirusiru.

Bwe tubeera nga tubunyisa enjiri, Bwe tugamba nti, "Katonda mulamu. Endwadde nnyingi ezitawona zaawonyezebwa okuyita mu kusaba mu kanisa," olwo, abantu bangi bajja kulowooza omubuulizi musirusiru okulowooza nti ebintu eby'ekika ekyo bisobola okubaawo, kirabika yali ye ssaawa obulwadde obwo okugenda. Lwakuba tebasobola kubitegeera n'amagezi gaabwe n'okutegeera.

N'amagezi ag'ensi saako okutegeera, tetusobola kukkiriza nti wayinza okubaawo ekintu ekitondebwa nga tewali mwe kiva. Naye nga Katonda yatonda ebintu awatali kintu kyonna mwe yabiggya. Bwe yagamba, "Wabeerewo obutangaavu," ne wabaawo obutangaavu. Yatonda enjuba, omwezi, emmunyeenye n'ebintu byonna ebiri mu nsi n'ekigambo Kye (Olubereberye 1:3-31). Era, Agamba, "Ebintu byonna bisoboka eri oyo akkiriza," era tusobola okumulaba ng'akola okusinziira ku kukkiriza kwaffe.

Mu kanisa yange, tulabye ku ndwadde eza buli kika n'ezitalina ddagala nga ziwona bwe basabirwa n'okukkiriza. Era nga tekibaddewo mirundi mibale, naye ba memba mu kanisa yange babyerabirako emirundi mingi.

Abantu abamu abeeyita abagezigezi bamanyi okugamba nti ezo endwadde: "Zirabika zawonyezebwa kubanga kye kyali mu birowoozo nga n'obwongo bukikkiriza nti basobola okuwona." Naye nga n'abaana ab'emyaka essatu oba ebiri bawona okuyita mu kusaba, kati bano balina birowoozo bya kika ki balyoke bawonyezebwa olw'okuba bakirowoozezzaako nnyo? Nga tukozesa amagezi g'abantu n'okumanya tetusobola kusisinkana Katonda wadde okugenda mu kkubo ery'obulamu obutaggwaawo.

Abatakkiriza abamu bayinza okuyigganya abakkiriza ababali okumpi nga bagamba, "Ekkanisa ekuwa mmere oba kiki?" Ekituufu kiri nti ekkanisa ebawa emmere. Ekkanisa egaba emmere ey'omwoyo nga kye Kigambo kya Katonda. Ekigambo kya Katonda kiramu era kye kitutwala eri obulamu obutaggwaawo, era n'olwekyo, Ekigambo kino y'emmere entuufu etavunda.

Naye abantu b'ensi batunuulira birabika n'ebintu eby'omubiri eby'ensi era ne babuuza ebibuuzo eby'ekika kino. Naye abaana ba Katonda basobola okubuulira Mukama mu lwatu kubanga amazima bagamanyi.

...naye eri abo abayite Abayudaaya era Abayonaani, Kristo maanyi ga Katonda, era magezi ga Katonda. (1:24)

Kristo ge maanyi ga Katonda eri abaana ba Katonda abamukkiririzaamu, wadde Bayudaaya oba Bayonaani.

Ne mu Bayudaaya abannanfuusi, mulimu abakkiririza mu Yesu Kristo era ne bafuna obulokozi. Era, eriyo Abayonaani abaasisinkana Katonda bwe baali mu kunoonya amagezi n'okumanya. Si buli muntu mugezi nti yeegaana Katonda. Abantu abamu Banoonya Katonda era ne ba musisinkana olw'amagezi g'ebafuna.

Mu kusooka twali tetulina kye tumanyi ku kuzuukira oba ku bulamu obutaggwaawo. Nga tulowooza obulamu bukoma ku nsi, bwe tufa nga kiggwa. Naye okuva lwe twategeera Yesu Kristo era ne tumukkiriza, tusobola okukkiririza mu Katonda, oyo asobola okuzuukiza abafu, era tusobola n'okukkiriza nti Eggulu ne Ggeyeena gye biri.

Bwe tukkiriza Yesu Kristo, omwoyo gwaffe ogwali gufudde guzuukizibwa, era tusobola okukwata ekkubo ery'obulamu obutaggwaawo. Nga Yesu bwe yagamba, Ye kkubo, amazima n'obulamu. Ye Kristo agaba obulamu era n'afuuka ekkubo eritutwala eri obwakabaka bw'eggulu, era bwatyo Ye maanyi ga Katonda.

Ekyawandiikibwa era kigamba Kristo si ge maanyi ga Katonda kyokka wabula era ge magezi ga Katonda. Olw'okuba Yatulokola, era n'atuganya okufuuka abatuukirivu, era n'atuwa obulamu obwutagwaawo, ky'ava abeera amagezi ga Katonda.

Ani mu nsi muno asobola okutuwa obulokozi era nakyusa obulamu bwaffe? Ani asobola okukyusa omutima gw'omuntu omubi ne gufuuka omutima omulungi? Kisoboka na maanyi ga Katonda gokka. Yensonga lwaki mu lunyiriri 24 wagamba nti Kristo "ge maanyi era amagezi ga Katonda" eri Abayudaaya n'Abayonaani.

Kubanga obusirusiru bwa Katonda businga abantu amagezi, n'obunafu bwa Katonda businga abantu amaanyi. (1:25)

Obusirusiru bwa Katonda kye kintu ekirabika nga eky'obusiru mu maaso g'abatali bakkiriza. Kubanga amazima gali nti, mu Katonda temuli busirusiru. Yesu yatugamba tukyuse ne ttama eddala omuntu bwatukuba ku ttama lyaffe erimu. Mu nsi muno, omuntu bwakubibwa awatali nsonga yonna, alowooza nti kituufu okuzaayo mu ngeri y'emu. Abantu ab'ensi eno bamanyi n'okulowooza obutazzaayo obeera mutiitiizi. Katonda atugamba okuwaayo n'ekkanzu singa wabaawo omuntu atusabye ekkooti, Kibanga bw'olaba nti omuntu bwakusaba essaati n'empale, omuweerako ne kaanayambalira munda! Kyogamba nti tulina kutambula nga tuli bwereere?

Ku ndaba ey'ebintu okusinziira ku b'ensi, engeri Katonda gyalabamu ebintu yakisirusiru nnyo. Naye ng'ate ekigambo kino kye kituleetera okwagala, emirembe, era lye kkubo eritutuusa ku buwanguzi. Tuyinza n'okwagala abalabe baffe era bajja kukwatibwako bwe tunaatambulira mu Kigambo kya Katonda (1 Samwiiri 24:16-21). Lino lye kkubo eritutwala eri okwagala, emirembe n'obuwanguzi.

Era wagamba, "n'obunafu bwa Katonda businga abantu amaanyi.." Katonda alina obunafu? Eri abakkiriza, Katonda talina bunafu bwonna. Naye mu maaso g'abatali bakkiriza, Katonda ayinza okulabika ng'omunafu.

Kiri bwe kityo lwakuba amazima gatugamba okubala, okugaba, okugumiikiriza, n'okubivaako ku lw'okuleetawo emirembe, bino byonna biyinza okulabika ng'obunafu okusinziira ku b'ensi bwe balabamu ebintu. Abantu b'ensi bagezaako nnyo okulaba nti bamanyika, naye ebiragiro by'Ekigambo kya Katonda bikontana na kyo.

Yesu naye yali munafu. Yali tayomba wadde okuleekaana. Era nga mukakkamu era omwetowaaze, era mu maaso g'abantu b'ensi, Yesu baamutwalanga omuntu omunafu. Matayo 12:19-20 Woogera bulungi ku mbala ya Yesu. Wasoma nti: "Taliyomba, so talireekaana, So tewaliba muntu aliwulira eddoboozi Lye mu nguudo. Olumuli olwatifu talirumenya, so n'enfuuzi ezinyooka talizizikiza, okutuuka lw'alisindika omusango okuwangula."

Kubanga Yesu yafuuka omunafu nga bwe kyogedde waggulu awo, Era ekyavaamu yawangula obuyinza bw'okufa n'azuukira era n'atuukiriza okwagala kwa Katonda. Yensonga lwaki ekyawandiikibwa kigamba nti obunafu g'emaanyi.

Okwenyumiriza mu Mukama

Kubanga mutunuulire okuyitibwa kwammwe, ab'oluganda ng'ab'amagezi ag'omubiri si bangi abayitibwa, ab'amaanyi si bangi, ab'ekitiibwa si bangi; (1:26)

Olunyiriri luno lutubuulira engeri Katonda gyatuyita. 'Abamagezi ag'omubiri' kitegeeza abatakkiriza. Abo abatakkiririza mu Katonda beenyumiriza mu bo nga bagamba balina etutumu, balina sente, amagezi n'okumanya, basomye ekiwera, bava mu maka amalungi, bamanyi okwogera, n'ebirala bingi, naye ebintu ebyo byonna busirusiru eri Katonda.

Olwo kiyamba ki okwenyumiriza mu bitabo, amagezi, amaka omuntu mwava, ensimbi naye nga batambula badda eri okufa era nga tebamanyi Katonda? Kya busirusiru kubanga era ekiseera kijja kutuuka ebintu ebyo bisaanewo.

...naye Katonda yalonda ebisirusiru eby'ensi, abagezigezi abakwase ensonyi, era Katonda yalonda ebinafu eby'ensi, akwase ensonyi eby'amaanyi, n'ebikopi by'ensi ebinyoomebwa Katonda yabironda era n'ebitaliiwo, aggyewo ebiriwo. Omubiri gwonna gulemenga okwenyumiriza mu maaso ga Katonda. (1:27-29)

'Abagezigezi' kitegeeza abo bonna abeeyita abagezi. Naye nga si bagezi mu maaso ga Katonda. Mu Ngero 1:7 ne 9:10 tulaba nti mu kutya MUKAMA okumanya mwekutandikira. Ennyiriri ezo zitubuulira nti Katonda alondayo abasirusiru okusinziira ku b'ensi, okusobola okuswaza abeeyita abagezi.

Abaana ba Katonda abo abakkiriza Yesu Kristo bafuna obulokozi era ne beeyagalira mu bulamu obutaggwaawo obujjudde essanyu mu bwakabaka obw'omu ggulu. Naye abo abatamanyi oba abatanoonya Katonda kyokka ne balowooza nti bagezi, ekinaavaamu bajja kugwa mu Ggeyeena. Bonna bajja kuswala.

Mu Lukka 16 tusoma ku musajja omugagga n'omwavu Laazaalo. Waaliyo omusajja omugagga, era yayambalanga lugoye lwa fulungu ne bafuta ennungi. Ng'asanyukanga bulijjo mu kwesiima. Omwavu Laazaalo yagalamizibwanga ku mulyango gw'omugagga. Ng'awummusewummuse amabwa era nga yeegomba okukkuta ebyagwanga okuva ku mmeeza y'omugagga. Embwa nga n'azo zijja nezikomberera amabwa ge.

Laazaalo bwe yafa n'asitulibwa bamalayika n'assibwa mu kifuba kya Ibulayimu. Omugagga n'afa n'aziikibwa. Eyo mu magombe gye yali kye yava ayimusa amaaso ge ng'ali mu kulumizibwa n'alengera Ibulayimu wala ne Laazaalo ng'ali mu kifuba kye. N'ayogerera waggulu nti, "Kitange Ibulayimu, nsaasira otume Laazaalo annyike ensonda y'olunwe mu mazzi, ampozeewoze olulimi lwange kubanga nnumwa mu muliro guno." Naye n'atasobola kumuyamba.

Omusajja omugagga yayagala nnyo ensi n'ebinyumu by'ensi, naye n'atayagala Katonda. Oluvannyuma lw'okufa kwe, yagenda mu Magombe aga Wansi era n'asigalayo mu bulumi. Naye omwavu, Laazaalo, wadde yali mwavu ku nsi, yatyanga Katonda. Yafuna obulokozi era n'agenda mu kifuba kya Ibulayimu.

Omusajja omugagga yalowooza nti mugezigezi bwe yali akyali ku nsi. Naye bwe yafa, omugaga Laazaalo, eyalinga omusirusiru ku nsi, yali yeeyagalira mu ssanyu. Omusajja omugagga yalina okubonaabonera mu muliro. Tekyali kyakubaawo lunaku lumu bbiri, wabula olubeerera. Nga kitalo nnyo eri omusajja oyo! Tulina okwebaza ennyo Katonda kubanga Atulonze era ne tufuuka abaana Be.

Olunyiriri 27 lugamba, "Katonda yalonda ebisirusiru eby'ensi, abagezigezi abakwase ensonyi, era Katonda yalonda ebinafu eby'ensi, akwase ensonyi eby'amaanyi." Katonda bwakuyita era n'akulonda, ddala obeera wa mukisa. Kitiibwa kyamaanyi okusiimibwa Katonda ggwe okufuuka dinkoni, omukyala oba omusajja, oba okufuuka omukadde okusobola okubaako obuvunaanyizibwa bw'okola mu kanisa okusinga okulondebwa abantu b'ensi n'amawanga.

Olwo lwaki Katonda alondayo abasirusiru so si abagezigezi? Yesu yagamba, "Mazima mbagamba nti, Bwe mutakyuka okufuuka ng'abaana abato, temuliyingira n'akatono mu bwakabaka obw'omu ggulu" (Matayo 18:3).

Abaana ab'omwoyo bangu, balongoofu, era beetoowaze. Bakkiriza mangu Ekigambo eky'amazima ng'abaana abato, ne bakikkiririzaamu, era ne bakigondera. Basobole okukyuka era batuuke mu bwakbaka obw'omu ggulu.

Naye abo abalowooza nti b'amagezi mu nsi muno bajja kutunuulira abo abalina emitima egiringa egy'abaana abato nti basirusiru. Naye Katonda alonda era n'akozesa abo abalina omutima omwangu era omulungi. Alonda abo abaavu mu mutima.

Olunyiriri lwaffe oluddako lugamba, "era Katonda yalonda ebinafu eby'ensi, akwase ensonyi eby'amaanyi." Yesu ye Mwana wa Katonda, naye Naye yali munafu okusinziira ku bantu ab'ensi. Omuntu bwe yamukubanga ku ludda olwa ddyo, Ng'amukyukiza n'oludda olwa kkono. Nga tamenya wadde olumuli olwatifu. Nga yalinga omuntu omunafu ddala! Yesu ono 'omunafu' yakomererwa, era Yesu ono 'omunafu' ye yazuukizibwa era n'agenda mu ggulu okufuuka Kabaka wa bakabaka era Mukama wa bakama! So nga abo abaali abamanyi era abaayigganya Yesu baakwata ekkubo ery'okuzikirira. Bwatyo, Katonda n'aswaza ab'amaanyi olw'abanafu.

Olunyiriri 28 lugamba, "n'ebikopi by'ensi ebinyoomebwa Katonda yabironda era n'ebitaliiwo, aggyewo ebiriwo." Peetero, omu ku bayigirizwa ba Yesu, yali muvubi. Ng'omulimu, si gwe gwali awo ogwegombesa. Naye Katonda yalonda abantu bano aba wansi era abanyoomebwa okuswaza abo abaali batiibwa abantu.

Mu Bikolwa 4:13-14 wongera okutubuulira ku mbala y'abayigirizwa, "Awo bwe baalaba obugumu bwa Peetero ne Yokaana, ne babategeera okuba abantu abatamanyi kusoma era abataayigirizibwa nnyo, ne beewuunya, ne babeetegeeza nga baali wamu ne Yesu. Era bwe baalaba omuntu eyawonyezebwa ng'ayimiridde nabo, tebaalina kya kuddamu."

Abantu baalowooza nti baali tebaasoma era tewali kye basobola era basirusiru. Naye bwe bakkiriza Yesu Kristo, ne bafuna Omwoyo Omutukuvu, era ne bakyukira ddala, abantu beewuunya. Ebikolwa 2:43-44 wagamba, "Buli muntu n'atya, eby'amagero bingi n'obubonero ne bikolebwanga abatume. Bonna abakkiriza baali wamu, ne baba nga bassa kimu mu byonna."

Abayigirizwa ba Mukama baayitibwa okuva mu buvubi era okuva mu bantu abatwalibwa nga ba wansi mu nsi muno. Yesu yalonda abantu bano era n'abakozesa. Kyokka abantu b'ensi baatandika okubatya. Ku ngulu, nga bawakanya obubonero n'ebyamagero eby'amaanyi abayigirizwa bye baakolanga, naye olw'okuba baali bakyalimu ensa entono mu mitima gyabwe. Nga bwe balaba ebintu bye baakolanga nga bo tebabisobola kubikola, ne batya.

Olunyiriri 29 lugamba, "... Omubiri gwonna gulemenga okwenyumiriza mu maaso ga Katonda." Katonda bwayita era n'akozesa abo abalina amagezi amangi, obugagga, abasomye ebitabo ebiwera, oba abalina ensimbi ennyingi mu nsi muno, basobola okutya Katonda?

Abantu nga bano bagamba nti bali bulungi mu nsi muno kubanga baali basomye nnyo era nga bagezi, si lwa kubanga Katonda yeyabawa omukisa. Era, abantu bano bwe bafuuka abasumba b'ekkanisa n'ekola bulungi bayinza okulowooza lwakuba bagezi era baasoma. Balowooza nti balina obusibozi bungu okukoa bye bakola. Ekitiibwa kyonna tebakiddiza Katonda.

Eyo yensonga lwaki Katonda alonda abo abasirusiru,

abanafu, abanyoomebwa baleme okwegulumiza oba okwemanya. Tumanyi amazima, tulina okwesigama ku Katonda era ne tukkiriza okulung'amizibwa Kwe mu bintu byonna. Tulina okwogera mu buli mbeera yonna nti Ye yekka yatusobozesa.

Naye ku bw'Oyo mmwe muli mu Kristo Yesu, eyafuuka amagezi gye tuli okuva eri Katonda, era n'obutuukirivu, n'okutukuzibwa, n'okununulibwa, (1:30)

Abantu bonna n'ebintu byonna mu nsi byava eri Katonda. Katonda ye yateekawo Adamu nga mukama w'ebitonde byonna. Naye Adamu yakolimirwa olw'ekibi kye n'ebintu byonna bye yalinako obuyinza byonna byakolimirwa. Era obuyinza bwonna bwe yalina bwaweebwa omulabe setaani.

Yensonga lwaki Lukka 4:5-6 wagamba, "[setaani] N'amulinnyisa, n'amulaga obwakabaka bwonna obw'omu nsi mu kaseera katono. Setaani n'amugamba nti Nnakuwa ggwe obuyinza buno bwonna, n'ekitiibwa kyamu. Kubanga nnawebwa nze, era ngabira buli gwe njagala."

Ensi eyali ekolimiddwa yali tekyalabika bulungi nga bwe yali nga Katonda yakagitonda. Katonda n'atuma Omwana We omu, Yesu ku nsi kuno okulokola omuntu eyakolimirwa okuva mu mukono gw'omulabe setaani.

Katonda atulaze okwagala okwenkanidde awo; Yesu ataalina kibi kyonna yafa ku musalaba nga yeetika ebibi by'abantu bonna, kibeere nga buli yenna amukkiriza asobola okufuna obulamu obutaggwaawo era bafuuke abaana ba Katonda. Bwe tufuuka abaana ba Katonda nate, tubeera ba Katonda mu Yesu Kristo.

Olwo, kitegeeza ki, "Kristo Yesu, eyafuuka amagezi gye tuli okuva eri Katonda, era n'obutuukirivu, n'okutukuzibwa, n'okununulibwa"? Amagezi kwe kutya Katonda. Amagezi ga Katonda ge gatulokola, ge gatuleetera okweggyako ebibi, ge gatuganya okutambulira mu mazima, era ge gatulung'amya okutuuka mu bwakabaka obw'omu ggulu obutaggwaawo.

Wamu n'amagezi gano, Yesu Kristo yatuwa obutuukirivu okutukuzibwa, n'okununulibwa. Wano, obutuukirivu bwe bulungi, era obulungi buno kye Kigambo kya Katonda. Bwe tukkiriza Yesu Kristo, tujja kutambulira mu bulungi n'obutuukirivu nga tugoberera ekigambo.

Ekibala kino eky'obutuukirivu kirabibwa mu kutukuzibwa. Bwe tuteeka Ekigambo mu mitima gyaffe ng'emmere ey'omwoyo, kijja kweraga mu bikolwa. Yensonga lwaki mu 1 Yokaana 3:18 wagamba, "Abaana abato, tuleme okwagalanga mu kigambo ne mu lulimi, wabula mu kikolwa ne mu mazima."

Tufuuka bumu era abaanunulibwa mu Mukama nga lye kkubo, amazima, n'obulamu. Tetulina kusibibwa nsi wabula tuteebwe olwa Yesu Kristo.

...nga bwe kyawandiikibwa nti, "Eyeenyumiriza, yeenyumirizenga mu Mukama." (1:31)

Lwaki Katonda alondawo abasirusiru, abanafu, n'abanyoomebwa mu nsi okukola omulimu Gwe? Kwe kuba nti, "eyeenyumiriza, yeenyumirize mu Mukama." Kiki kye tulina okwenyumirizaamu mu bulamu bwaffe? Abatakkiriza bayinza okwenyumiriza olw'ebintu bingi, gamba nga sente, etutumu, obuyinza, amagezi, n'okumanya.

Omubuulizi 1:2-3 wagamba, "'Obutaliimu obusinga obutaliimu bwonna, bw'ayogera Omubuulizi, Obutaliimu obusinga obutaliimu bwonna, byonna butaliimu.'" Kirungi ki omuntu kyafuna mu ntuuyo ze zonna zatuuyanidde mu nsi muno?" N'olwekyo, okujjako Mukama, tewali kyakwenyumirizaamu. Buli kintu kyonna ekitali Mukama kya butaliimu, kubanga n'ekintu ekisingayo obulungi nakyo kijja kuzikirira era bijja kututwala butwazi mu ggeyeena. Ffe abategedde kino tulina kwenyumiriza mu Mukama Yekka. Ekyo kye tukolera mu Mukama kyokka kye kitali butaliimu. Oba tusoma, oba bizinensi, oba kulya oba kunywa kyonna kye tukola, tulina kugulumiza Katonda mu bintu byonna mu mazima. Okutambulira mu ngeri eno bwe bulamu obw'omukisa. Obulamu obw'ekika kino si bwa bwereere kubanga Katonda abusanyukira, era kijja kutuweesa empeera ez'omu ggulu.

Essuula 2

AMAGEZI GA KATONDA

Okulabika kw'Amaanyi Okuyita mu Mwoyo

Ekkubo ly'Omusalaba, Amaanyi ga Katonda

Ekisa kya Katonda Kitegeerebwa ku Bw'Omwoyo Omutukuvu

Ebintu Eby'Omwoyo Bitegeerebwa Okuyita mu Mwoyo

Okulabika kw'Amaanyi Okuyita mu Mwoyo

Nange, ab'oluganda bwe nnajja gye muli, Sajja na maanyi mangi ag'ebigambo oba amagezi nga mbabuulira ekyama kya Katonda. Kubanga nnamalirira obutamanya kigambo kyonna mu mmwe, wabula Yesu Kristo era oyo eyakomererwa. (2:1-2)

Omutume Pawulo yali yasoma nnyo ng'alina by'amanyi bingi. Naye teyeesigama ku magezi amangi ge yalina wadde ebitabo ebingi bye yali asomye. Teyeesigama ku kwogera obulungi kwe yali amanyi oba amagezi ge yalina, mu kubuulira obubaka bwa Katonda. Kuno kwe kwagala kwa Katonda. Tetusobola kulokola myoyo olw'okwogera obulungi, oba okukozesa olulimi olusikiriza, oba amagezi g'abantu. Eyo yensonga lwaki tulina okubeera abeegendereza bwe tusoma ebitabo ku kukkiriza. Tetulina kukkiriza kintu olw'okuba kiri mu kitabo ekiwandiikiddwa abantu abamanyiddwa obulungi.

Omuwandiisi bw'aba asaba nnyo era ng'awuliziganya ne Katonda mu ngeri ey'ebuziba bwawandiika ekitabo, ebiseera ebisinga ekitabo ekyo kibeera kijja kuyamba abantu. Naye omuwandiisi ne bw'abeera yasoma nnyo era ng'alina bingi by'amanyi, bwaba si muntu musabi era nga si musiibi era nga tawuliziganya na Katonda, ebiseera ebisinga ebitabo byawandiise tebijja kuganyula babisoma. Kiri bwe kityo lwakuba ekitabo kyawandiikibwa n'amagezi g'omuwandiisi gokka saako okumanya kwe.

Pawulo yabuuliranga biki? yabuuliranga Yesu Krsito nti Yakomererwa ku musalaba. Kino omuweereza wa Katonda kyalina okukola. Omuweereza alina okubuulira Yesu Kristo y'ani, lwaki yalina okujja eri ensi eno, lwaki Yakomererwa, n'engeri gye yatununula mu bibi byaffe. Era alina n'okubuulira ku kuzuukira Kwe n'okudda Kwe okw'omulundi ogw'okubiri abaana ba Katonda basobole okubeera n'essuubi mu ggulu bwe babeera nga bakyali kuno ku nsi.

Yensonga lwaki omutume Pawulo agamba nti yamalirira obutamanya kintu kirala kyonna okugyako ebintu ebyo. Okuva lwe yasisinkana Mukama, yategeera nti amagezi ge tegalina gwe gajja kuganyula wabula ate gandiremesezza okulokolebwa kw'emyoyo.

Abantu bwe bamanya ebintu bingi era ne bagunjaawo ne sayansi wamu ne tekinologiya omulungi, ebiseera ebisinga batandika okwemanya era batera nnyo okugamba nti teri Katonda. Abo abanoonya amagezi n'okumanya eby'ensi eno tebanoonya Katonda. Eyo yensonga lwaki omutume Pawulo agamba yamalirira obutamanya kintu kirala kyonna 'okujjako Yesu Kristo, oyo eyakomererwa'.

N'olwekyo, abo abagala okufuuka abasumba oba abagala okukolera Katonda balina okusoma bayibuli okusinga okusoma ebitabo ebiwandiikiddwa abantu abawandiika n'amagezi gaabwe n'okumanya. Era balina n'okusaba okusobola okuwuliziganya mu mwoyo ne Katonda era bafube okufuna amaanyi ga Katonda. Eno yengeri yokka ey'okulokolamu emyoyo n'okugaziya obwakabaka bwa Katonda.

Mu Abaefeso 5:16 omutume Pawulo abakubiriza "okweguliranga ebbanga, kubanga ennaku zino mbi." Tulina okubeera n'empuliziganya ne Katonda era tulokole emyoyo mingi egiri mu kufa mu mulembe guno omubi. Tulina okubabuulira ku Katonda omulamu n'okubatwala eri okukkiriza. Era, tulina okujjukira nti ebintu bino tebikolebwa kuyita mu magezi g'ensi eno.

Nange nnabeeranga nammwe mu bunafu ne mu kutya ne mu kukankana okungi, (2:3)

Nga tannasisinkana Mukama, omutume Pawulo yali talina kutya kwonna. Yeyakulemberanga mu kuyigganya n'okusiba abakkiriza ba Yesu Kristo mu kkomera. Naye okuva lwe yasisinkana Mukama, yali n'abantu mu bunafu bwabwe, mu kutya kwabwe, ne mu kukankana kwabwe.

Kino kitegeeza ki? Bwe tuba nga ddala tukkiririza mu Katonda era nga tumumanyi, abakozi Be balina okulaga obunafu bwabwe mu maaso ga Katonda ne mu maaso g'abakkiriza abalala. Katonda yekka ye w'amaanyi, era tulina okukitegeera nti tetusobola kukola kintu kyonna okujjako nga Ali wamu naffe.

Abamu bagamba nti bamanyi okwogera obulungi olw'amagezi ge balina, ebitabo bye baasoma, n'engeri gye bategeeramu ebintu. Naye emirimu gya Katonda tegisobola kutuukirizibwa okuyita mu bintu bino. Eky'okulabirako, katugambe eriyo omwogezi nga mulungi nga mugezi era amanyi okwogera obulungi era ng'abantu kyangu okumuwuliriza olw'engeri gyayogera. Omuntu oyo bwatuusa ku bantu obubaka bwa Katonda, asobola okukyusa abantu ne batandika okutambulira mu mazima? Eky'okuddamu kiri nti tasobolera ddala!

Kituufu, abantu abawuliriza bayinza okukwatibwako olw'okwogera okwo mu kaseera ako. Naye okwogera okwo tekulina maanyi kubakwatako okusobola okuva mu mbala yaabwe ey'obubi n'okuggya obubi mu mitima gyabwe. Amagezi g'omuntu n'okumanya okwogera obulungi mu bantu tebisobola kubaleetera kutambulira mu Kigambo kya Katonda. Okwogera obulungi tekusobola kusimba kukkiriza mu mitima gy'abantu. Tekusobola kubaleetera kusisinkana Katonda oba okukyusa obulamu bwabwe. N'olwekyo ebintu ebikola okwogera okwo okulungi tebirina gwe bigasa.

Bwe tutegeera amazima gano, tetuba na kirala kya kukola okujjako okwetowooza mu maaso ga Katonda. Ne tufuuka banafu kubanga tetusobola kukola kintu kyonna okujjako nga Katonda ali wamu naffe.

Ne Yesu olumu yabeeranga munafu, era ne yeekweka abantu abo abaali bagala okumukwata n'okumutta. N'omutume Pawulo naye yali munafu bwe yakankana mu maaso ga Katonda, kubanga yali akimanyi bulungi nnyo nti yali talina kyayinza kukola nga Katonda tali wamu naye.

Era olw'okuba omutume Pawulo bulijjo yabeeranga n'okutya okwo n'okukankana, teyalekayo kusaba okusobola okusigaza okuwuliziganya okw'omwoyo ne Katonda. Ng'abeera bulindaala, nga tafaayo ku kintu kirala kyonna. Mu ngeri eno y'emu tulina okutuukiriza obuvunaanyizibwa obwatuweebwa

Katonda n'obunafu, n'okutya wamu n'okukankana.

...n'ekigambo kyange n'okubuulira kwange tebyabanga mu bigambo eby'amagezi ebisendasenda, wabula mu kutegeeza kw'Omwoyo Omutukuvu n'amaanyi, okukkiriza kwammwe kulemenga okubeera mu magezi g'abantu, wabula mu maanyi ga Katonda. (2:4-5)

Omwoyo Omutukuvu asobola okutandika okukola kasita tweggyako amagezi gaffe ag'ensi n'okumanya. Tulina okwesigama ku Katonda yekka mu bujjuvu era buli kimu ne tukimukwasa. Olwo nno, Katonda asobola okufuga emitima gyaffe, ebirowoozo, endowooza, n'emimwa gyaffe. Bwe tusabira amagezi nga tukola buli kintu kyonna kyokka nga tetukozesa magezi g'abantu, olwo nno tusobola okuwulira eddoboozi ly'Omwoyo Omutukuvu nga liva munda mu ffe. Naye bwe tukozesa endowooza zaffe, tetusobola kuwulira ddoboozi lya Mwoyo Mutukuvu.

Abamu bagamba nti tebasobola kuwulira ddoboozi lya Mwoyo Mutukuvu ne bwe basaba. Naye kino si kituufu. Olumu, tebakifaako nti bawulidde eddoboozi ly'Omwoyo Omutukuvu. Katugambe olina ekintu ky'oyagala okutandika. Wano, bw'osalawo okusinziira ku birowoozo byo olw'okulemererwa okujjukira ekigambo kya Katonda kyonna, olwo nno, tosobola kuwulira ddoboozi ly'Omwoyo Omutukuvu. Kyokka bw'osalawo n'Ekigambo kya Katonda nga ge mazima era n'otambulira mu mazima, kuno kwe kuwulira eddoboozi ery'Omwoyo Omutukuvu.

Ekigambo kya Katonda tekiva mu ndowooza zaffe. Ne bwe basoma batya Bayibuli, abo abatafuna maanyi ag'Omwoyo

Omutukuvu tebasobola kujjukira Kigambo kya Katonda bwe babeera mu mbeera ez'enjawulo naddala embeera enzibu. Nzikiriza nti bangi ku mmwe bayise mu mbeera nga zino emirundi mingi. Musomye Bayibuli emirundi mingi, naye bw'oba oyagala okuwa omuntu amagezi ag'omwoyo, owulira nga kyasaanidde okuwulira tekijja mu biroowoozo byo.

Naye eri abo abawulira eddoboozi ery'Omwoyo Omutukuvu bajja kuweebwa Ekigambo Kye era basobole okwogera ekyetaagisa eri abantu abeetaaga okulung'amizibwa okw'omwoyo. Abo abasaba Katonda, abo abeekwata Ekigambo kya Katonda bajja kuwulira eddoboozi ly'Omwoyo Omutukuvu ekiseera kyonna. Bwe kityo bwe kiba mu kugoberera okwagala kwa Katonda bulijjo era ekivaamu kwe kubeeranga mu bulamu obuwanguzi era tebajja kugwa mu kukemebwa kwa Setaani.

Okukkiriza kwaffe tekusobola kufunibwa okuyita mu magezi g'omuntu. Tetusobola kubeera na kukkiriza era tetusobola na Kumanya Katonda n'amagezi ag'abantu. Bulijjo kibeera kikontana. Omuntu gyakoma okubeera n'amagezi gy'akoma okubeera n'okubuusabuusa.

Olw'okuba omutume Pawulo kino yakitegeera bulungi nnyo, teyakozesa magezi ge, obusobozi obw'okwogera obulungi, n'okumanya bye yalina. Yajjuzibwa Omwoyo Omutukuvu, era olw'okuba yajjuzibwa Omwoyo, yabuuliranga Yesu Kristo n'ekkubo ery'omusalaba. Amagezi ge n'okumanya yabissa ebbali era obuweereza bwe n'abutambuliza ku maanyi ga Katonda n'Omwoyo Omutukuvu okuyita mu kusaba. Bwe bityo eby'amagero eby'ewuunyisa bwe byabaawo, abantu okutuuka okutwala ebiremba n'engoye ekisiikirize kya Pawulo kwe kyagwanga eri abalwadde n'abaalinanga Dayimooni ne bawona

(Ebikolwa 19:12). Ekinaaleetera abantu okwenenya ebibi kyokka n'okukyuka singa obubaka bubuulirwa n'amaanyi ga Katonda. Bwe tulaga amaanyi ga Katonda mu bubaka obubuuliddwa, amagezi g'abantu n'endowooza ze zonna bijja kumalibwawo era abadde awuliriza n'akkiriza Katonda omulamu. Eno yengeri yokka ey'okubatuusa ku kwenenya ebibi, n'okutambulira mu mazima.

N'olwekyo, bwe tubuulira enjiri, tulina okubuulira Katonda omulamu nga tulaga amaanyi ga Katonda okuyita mu kusaba si mu bigambo byokka oba mu magezi. Naye kino tekitegeeza nti tetwetaaga magezi ga nsi eno nti era tetulina kusoma. Kyenva okunyonyola kye kino nti, tetulina kukozesa magezi ga nsi bwe tubeera tutuukiriza emirimu egikwatagana n'okulokola emyoyo. Mu ssomero tulina okusoma ennyo ne tukola n'amaanyi eyo gye tukolera tusobole okuweesa Katonda ekitiibwa.

Buli kyonna kye tukola, oba kulya, oba kunywa, tulina kukikola olw'okuweesa Katonda ekitiibwa. Ka kubeere kusoma. Kyokka kye tutalina kwerabira kiri nti tetuyinza kusiga kukkiriza mu balala n'amagezi gaffe bwe tubeera tubuulura enjiri.

Ekkubo Ery'Omusalaba, Amaanyi ga Katonda

Naye amagezi tugoogera mu abo abatuukirira, naye amagezi agatali ga mu mirembe gino era agatali ga bakulu ab'omu mirembe gino abaggwaawo; (2:6)

Okutuuka wano, omutume Pawulo abadde anyonnyola nti amagezi g'ensi eno butaliimu. Yagamba nti amagezi g'abantu yagateeka ebbali, era kati ayogera ku magezi aga ddala. Wano, 'mu abo abatuukirira' kitegeeza abo abakuze mu kukkiriza, abayimirira ku lwazi lw'okukkiriza, abalya emmere eng'umu. Katweyongerayoko mu kwekeneenya ekigambo magezi. Yakobo 3:17 wagamba nti, "Naye amagezi agava waggulu okusooka malongoofu, nate ga mirembe, mawombeefu, mawulize, agajjudde okusaasira, n'ebibala ebirungi, agatalina kwawula, agatalina bunnanfuusi."

Amagezi gano gava waggulu. Katonda Yagagaba okusinziira omuntu gyakoma okweggyako ebitali mazima okusinziira ku

Kigambo kya Katonda era n'atambulira mu Kigambo Kye. Kwe kugamba, bwe tutambulira mu Kigambo, tujja kubeera balongoofu, abalina emirembe, abakakkamu, abeefumiitiriza, abajjudde okusaasira era abalina ebibala ebirungi. Tetujja kuyuugayuuga era nga tetujja kubeera bannanfuusi. Tusobola okufuna amagezi okuva waggulu gye tukoma okutuukiriza Ekigambo kya Katonda mu ffe. Era, tusobola okufuna amagezi agataliiko kkomo era agatagwayo okuva waggulu bwe tutuuka ku mutendera ogw'okukkiriza ogw'obukulu.

Abo abatuuka ku mutendera guno ogw'okukkiriza tebajja kugamba nti tebasobola kubuulira njiri kubanga tebaasoma kimala. Tebeesigama ku magezi gaabwe bo wabula amagezi okuva waggulu. Eri abo abantu abafunye amagezi gano, mu Matayo 10:19-20 wagamba, "Naye bwe banaabawangayo, temweraliikiranga nti; tunaagamba tutya? nti tunaayogera ki? Kubanga muliweebwa mu kiseera ekyo bye mulyogera. Kubanga si mmwe mwogera, wabula Omwoyo gwa Kitammwe Ye ayogerera mu mmwe."

Okusobola okufuna amagezi okuva waggulu, tulina okweggyako amagezi ag'ensi n'okumanya. Kiki kye nnyini kye tulina okweggyako? Tulina okwerabira amagezi gamba nga, "Emu gattako emu zibeera bbiri"? Nedda si bwe kiri!

Tulina okweggyako amagezi agakontana n'Ekigambo kya Katonda. Eky'okulabirako y'enjigiriza egamba nti enkima z'agenda zikyuka, okutuuka lwe zaavaamu omuntu. Tusobola okutegeera nti ebigambo ebyo si bituufu bwe tutegeerera ddala amazima. Tusobola okukkiriza nti Katonda ye yatonda eggulu n'ensi na buli kyonna ekirimu bwe tweggyako amagezi g'ensi eno.

Olunyiriri 6 lugamba, "... naye amagezi agatali ga mu mirembe gino era agatali ga bakulu ab'omu mirembe gino abaggwaawo." Wano, abakulu b'ebo abakulira ebitongole eby'enjawulo. Kitegeeza Abafalisaayo, abawandiisi, bakabona, n'abo bonna abaali mu bifo by'obukulembeze.

Nga bwe kikozesebwa mu njogera y'ennaku zino, ekigambo 'omukulu' kitegeeza abo abasomesa abali mu bifo eby'obukulembeze, n'ebintu ebyo mwe tusobola okuyita okuyiga ebintu eby'enjawulo. N'olwekyo, abasomesa n'ebitabo byonna biyinza okubeera abakulu baffe. Bwe twali tetumanyi mazima, twayiga ebintu bingi. Naye tulina okweggyako bingi ku byo oluvannyuma lw'okutegeera amazima.

Eky'okulabirako, bwe tulwala, kimanyiddwa era y'enkola y'abantu okugenda mu ddwaliro okufuna obujanjabi. Naye abo abaana ab'okukkiriza, abakkiririza mu buyinza bwa Katonda basobola okuwonyezebwa ddala okuyita mu kusaba. Okuwonyezebwa kwa Katonda tekuyinza kugeraageranyizibwa na bujanjabi bwonna obw'omu ddwaliro, kubanga bwo butuukirira awatali kuleka mitawaana mirala gyonna.

Naye abakulu b'ensi eno kino tebayinza kukikkiririzaamu; ekyo waakiri bakiyita obusirusiru. Gano ge magezi g'abakulu. N'amagezi ago, tebasobola kukkiririza mu mazima.

...naye twogera amagezi ga Katonda mu kyama, gali

agakisibwa, Katonda ge yalagira edda ensi nga tezinnabaawo olw'ekitiibwa kyaffe; (2:7)

Katonda ye yatonda eggulu n'ensi era okusobola okufuna abaana abatuufu yateekawo okuteekateeka abantu. Katonda yamanya ddi Adamu lwanaamujeemera era akwate ekkubo ery'okufa. Olw'okuba yakimanya, Katonda yakweka ekigedererwa ky'obulokozi ekyali eky'okuyita mu Yesu Kristo. Eyo yensonga lwaki Yesu Kristo kye kyama ekyakwekebwa okuva ebiro nga tebinnabaawo.

Yesu Kristo bwe yalabika eri abantu, abafuzi b'ebiro bino tebaamutegera n'amagezi gaabwe. Baakomerera Yesu. Omulabe setaani abantu abawa magezi ag'ensi gokka n'okumanya. Setaani teyategeera magezi ga Katonda, era yalowooza yali ajja kusobola okusigaza obuyinza bw'omu bbanga olubeerera, kubanga yandibadde asse Yesu.

Okuva Yesu lwe yazaalibwa, omulabe setaani yagezaako buli ekisoboka okutta Yesu. Era ekyavaamu, n'asiikuula emmeeme y'abafuzi mu biro ebyo okukomerera Yesu, era n'alowooza nti muwanguzi. Naye nga gano ge gali amagezi ga Katonda.

Amateeka ag'omwoyo gali nti empeera y'ekibi kwe kufa. Nga tannalya ekibala ekyagaanibwa, Adamu teyalina kibi era tewaali kufa. Yamala kwonoona n'okujeema olwo Adamu n'ezzadde lye ne balyoka basisinkana okufa. Omuntu bwayonoona, ddala ajja kusisinkana okufa. Naye Setaani yatta Yesu ataalina kibi kizaale wadde kye yeekolera. N'olwekyo setaani bwe yasiikuula emmeeme z'abantu okutta Yesu, kwali kumenya etteeka ery'omu nsi ey'omwoyo.

Mu kusooka, Adamu yalina obuyinza okufuga ebintu byonna ku nsi. Naye bwe yayonoona, obuyinza bwe ne buweebwa setaani kubanga Adamu yamujeemera ng'ayonoona. Era ekyava mu setaani okutta Yesu ataalina kibi, setaani yalina okuzzaayo obuyinza bwe yalina ku nsi. Okuva olwo, omuntu yenna akkiririza mu Yesu Kristo asobola okulokolebwa. Lino lye 'kkubo ly'omusalaba' eryakwekebwa okuva nga n'ebiro tebinnabaawo. Yali nteekateeka ya Katonda okulokola ab'onoonyi. Amagezi ga Katonda nga geewuunyisa!

Katonda atuwa amagezi okuva waggulu bwe tweggyako amagezi ga setaani nga ge magezi n'okumanya eby'abafuzi eb'emirembe gino. Bwe tufuna amagezi ga Katonda okuva waggulu, tusobola okufuna ekitiibwa wano ku nsi ekitaliiko kkomo.

Olwo, lwaki tugamba nti tujja kufuna ekitiibwa so nga Katonda yekka yalina okufuna ekitiibwa kyonna? Katonda tumuddiza ekitiibwa era nga ye Taata mu bintu byonna, ne bwe tulya oba okunywa, oba okukola ekintu kyonna. Bwatyo naye atuddiza ekisuukundiddwa, nga kinyeenyezeddwa, era ekikulukuta bwafuna ekitiibwa kubanga Ayagala nnyo okugaba.

Era atuwa n'empeera mu Ggulu. N'olwekyo, bwe tuddiza Katonda ekitiibwa, kibanga, naffe abeewadde ekitiibwa. Katonda atukulembera eri obulokozi, n'eri obulamu obutagwawo okuva mu kufa, n'olwekyo, kino era kitiibwa kyaffe.

Yesu naye yaddizanga Katonda Kitaffe ekitiibwa. Naye Yokaana 17:10 wagamba, "Nange ngulumizibwa mu bo." Olw'okuba Yesu yafuna empeera ey'okutuula ku mukono ogwa ddyo ogwa namulondo ya Katonda n'obuyinza okufuga amawanga gonna, Agulumizibwa.

abakulu bonna ab'omu mirembe gino ge batategeeranga n'omu; kubanga singa baagategeera, tebandikomeredde Mukama wa kitiibwa; naye nga bwe kyawandiikibwa nti, "Eriiso bye litalabangako, n'okutu bye kutawuliranga, N'ebitayingiranga mu mutima gwa muntu, Byonna Katonda bye yategekera abamwagala." (2:8-9)

Abamu ku bafuzi b'ebiro bino n'abo bakkiririzanga mu Katonda, Naye lwaki wagamba, "abakulu bonna ab'omu mirembe gino ge batategeeranga n'omu." Kino kitegeeza nti bwe tusomesa nga tukozesa amagezi ag'ensi, tetusobola kutegeera Yesu Kristo. Singa baali bategedde amagezi ga Katonda, tebandikomeredde Yesu.

Abasomesa abo tebalekaayo magezi gaabwe ag'ensi era yensonga lwaki tebasobola kufuna magezi okuva waggulu. Yensonga lwaki tebaamanya Yesu Kristo, ekyama ekyakwekebwa nga n'ebiro tebinnabaawo, era bo ne bakomerera Yesu.

Olunyiriri 9 lugamba, "Eriiso bye litalabangako, n'okutu bye kutawuliranga, N'ebitayingiranga mu mutima gwa muntu, Byonna Katonda bye yategekera abamwagala." Abo abasomesa amagezi g'ensi eno agakontana n'Ekigambo kya Katonda era ne batatambulira mu Kigambo kya Katonda tebasobola kulaba wadde okuwulira wadde balina amaaso n'amatu. Tebasobola kuwulira ddoboozi lya Mwoyo Mutukuvu, era be bayigganya abo abababuulira Ekigambo eky'amazima. Ekivaamu, ku nkomerero, bakomerera Yesu.

Olwo, lwaki babeera tebasobola kulaba, okuwulira, wadde okulowooza? Kibaawo lwakuba bafuuka bazibe mu mwoyo olw'amagezi gaabwe ag'ensi ago agakontana n'amazima. N'olwekyo, omutume Pawulo yabawa amagezi okweggyako amagezi ag'ensi ago agakontana n'Ekigambo eky'Amazima olwo balyoke bafune amagezi okuva eri Katonda okusobola okutambulira mu bulamu obw'omukisa.

Ekisa kya Katonda Kitegeerebwa okuyita mu Mwoyo Omutukuvu

Naye ffe Katonda yatubikkulira ku bw'Omwoyo, kubanga Omwoyo anoonya byonna era n'ebitategerekeka ebya Katonda. (2:10)

Tetusobola kusisinkana Katonda wadde okumutegeera n'amagezi wamu n'okumanya kw'ensi eno. Naye bwe tuggulawo emitima gyaffe ne tukkiriza Yesu Kristo, tujja kufuna ekirabo eky'Omwoyo Omutukuvu olwo nno tusobole okutegeera n'okusisinkana Katonda. Omwoyo Omutukuvu gwe Mwoyo gwa Katonda, kwe kugamba nti gwe mutima gwa Katonda. Olwo, Omwoyo Omutukuvu atulung'amya atya ne tusobola okumanya n'okusisinkana Katonda?

Omwoyo Omutukuvu atusomesa nti Katonda ye Mutonzi era ye Kitaffe. Atuganya okutegeera ekyama ekyakwekebwa nga n'ebiro tebinnabaawo. Kye kyama abafuzi b'emirembe gino kye batamanyi. Atusomesa ku Yesu Kristo era n'atukulembera okuba n'okukkiriza ng'atusomesa ku Ggulu ne Ggeyeena. Omwoyo Omutukuvu gwe mutima gwa Katonda omutukuvu era kyekola kyokka Ye okuba ng'asobola okunoonya n'ebintu ebya Katonda eby'ebuziba.

Omwoyo Omutukuvu bwajja gye tuli, Azuukiza emyoyo gyaffe egyali gyafa era n'atukulembera eri amazima. Era, Atuganya okwatula nti Yesu ye Mukama. Era atubuulira nti tuli ba Katonda.

Era, Omwoyo Omutukuvu atusomesa era n'atujjukiza ebintu byonna Yesu bye yatuyigiriza. Nga Yokaana 14:26 bwe wagamba, "Naye Omubeezi, Omwoyo Omutukuvu, Kitange gw'alituma mu linnya Lyange, Oyo alibayigiriza byonna, Alibajjukiza byonna bye nnabagamba." Era atuyamba ne mu bunafu bwaffe n'atusobozesa okusaba okusinziira ku kwagala kwa Katonda.

Omwoyo Omutukuvu amanyi omutima gwa Katonda mu bujjuvu era ayagala okwagala kwa Katonda okutuukirizibwa. Kale bwatyo Ayamba abaana ba Katonda okusaba okusinziira ku kwagala kwa Katonda. Nga bwe kyogera mu Baggalatiya 5:22-23, "Naye ebibala eby'Omwoyo kwe kwagala, okusanyuka, emirembe, okugumiikiriza, ekisa, obulungi, okukkiriza, obuwombeefu, okwegenda; era ku biri ng'ebyo tewali mateeka," Okuyita mu Ye tusobola okubala ebibala eby'Omwoyo. Atulung'amya ne tusobola okufuuka abantu ab'omwoyo abo abakola ng'okwagala kwa Katonda bwe kuli.

Kubanga muntu ki ategeera eby'omuntu wabula omwoyo gw'omuntu oguli mu ye? Era bwe kityo n'ebya Katonda siwali abitegeera wabula Omwoyo gwa Katonda. (2:11)

Omutume Pawulo ayogera ku mwoyo gw'omuntu okusobola okunyonnyola obulungi Omwoyo Omutukuvu. Tewali muntu yenna ategeera eby'omuntu wabula omwoyo gw'omuntu oguli mu ye. Mu ngeri yemu, Omwoyo Omutukuvu amanyi eby'ebuziba ebya Katonda. Omwoyo Omutukuvu ono bwajja gye tuli, ajja kubeera ng'amanyi n'ebintu bya Katonda, n'olwekyo, tujja na kufuna amagezi ga Katonda n'okutegeera ebintu eby'ebuziba ebya Katonda.

Naye wano, Pawulo yandigambye nti gubeera mutima gwe muntu ogumanyi ebirowoozo by'omuntu oyo, naye lwaki agamba nti omwoyo gw'omuntu oguli mu ye? Wano waliwo amakulu ag'omwoyo ag'ebuziba.

Bwe tukkiriza Yesu Kristo era ne tufuna ekirabo eky'Omwoyo Omutukuvu era ne tutambula ng'abaana ba Katonda, omutima gwaffe guba 'mwoyo' gwe nnyini. Naye tulina okutegeera era ne twawula nti mu muntu mulimu omutima era mulimu n'omwoyo.

Olubereberye, ng'amaze okutonda omuntu eyasooka Adamu, Katonda n'amugamba, "Naye omuti ogw'okumanya obulungi n'obubi togulyangako, kubanga olunaku lw'oligulyako, tolirema kufa" (Olubereberye 2:17). MUKAMA Katonda n'ayogera nti, "Si kirungi omuntu okubeeranga yekka, n'amukolera omubeezi amusaanira" (olu.18), Mukama Katonda n'azimba olubirizi, lw'aggye mu muntu, okuba omukazi n'amuleeta eri omuntu bafuuke omuntu omu.

Katonda n'ateekawo Adamu okufuganga buli kintu era n'abawa omukisa ng'agamba, "Mweyongerenga, mwalenga mujjuze ensi mugirye, mufugenga eby'omu nnyanja, n'ebibuuka waggulu na buli ekirina obulamu ekitambula ku nsi " (Olubereberye 1:28).

Lumu, Setaani n'akema Kaawa okuyita mu musota, "Bwatyo bwayogera Katonda nti, 'Temulyangako ku miti gyonna egy'omulusuku'?" (Olubereberye 3:1)

Kaawa n'addamu nti, "Ebibala by'emiti egy'omu lusuku tulya, wabula ebibala by'omuti oguli wakati mu lusuku, Katonda yayogera nti, 'Temugulyangako newakubadde okugukwatangako muleme okufa'" (olu.3). Katonda yagamba, "Temulirema kufa," naye Kaawa yagamba nti, "Muleme okufa," ng'alinga atakakasa bulungi byayogera.

Setaani n'ayongera okukema Kaawa nga amugamba nti, "Okufa temulifa! Kubanga Katonda amanyi nti olunaku lwe muligulyako mmwe, amaaso gammwe lwa galizibuka, nammwe muliba nga Katonda okumanyanga obulungi n'obubi " (v.3-4). Era ekyavaamu Kaawa n'alya ekibala era n'awaako ne Adamu, naye n'alya. Baalimbibwa era ne bajeemera Katonda kubanga tebaakuuma Kigambo Kye.

Nga Katonda bwe yayogera nti, "Temulirema kufa," Adamu bwe yalya ekibala ekyagaanibwa eky'omu Lusuku Adeni, omwoyo gwe ne gufa. Okuva olwo n'aba nga takyasobola kuwuliziganya ne Katonda. Naye mu Yokaana 3:6 wagamba, "Ekizaalibwa omubiri kiba mubiri, n'ekizaalibwa Omwoyo kiba mwoyo." Nga bwe kyogera, bwe tukkiriza Mukama, Omwoyo Omutukuvu ajja mu ffe era n'awa omwoyo gwaffe obulamu.

Kwe kugamba, Atuganya okumanya ekibi kye ki, obutuukirivu kye ki, n'omusango kye ki. Atusomesa Ekigambo kya Katonda, kale omwoyo gwaffe ogubadde omufu ne guzuukizibwa era ne twongera okufuuka abantu ab'omwoyo. Era nga kino kye kiyitibwa 'Omwoyo okuzaala omwoyo.' N'okwekyo, awatali Mwoyo Mutukuvu, omwoyo gwaffe omufu tegusobola kuzuukizibwa wadde ffe okuzaala omwoyo. Tusobola okutegeera Ekigambo eky'amazima, ne tukifuula emmere yaffe ey'omwoyo, era ne tutambulira mu bulamu obw'omuntu ow'omwoyo okusobola okufuuka omuntu ow'omwoyo. Kino kituukirizibwa okuyita mu Mwoyo Omutukuvu yekka. Tudda mu kifaananyi kya Mukama okuyita mu ngeri eno.

Era bwe batyo bannabbi n'abayigirizwa ba Yesu bwe baafuuka abantu ab'omwoyo era ne bawuliziganya ne Katonda. Baasobola okulaga emirimu egy'amaanyi egya Katonda mu kutuukiriza obwakabaka Bwe. Yokaana 14:12 wagamba, "Ddala ddala mbagamba nti, Akkiriza Nze, emirimu gye nkola Nze, naye aligikola, era alikola egisinga egyo obunene, kubanga nze ng'enda eri Kitange." Bwe tufuuka abantu ab'omwoyo, tujja kusobola okulaga obubonero n'ebyewunyisa era tukole n'ebisinga kw'ebyo ku lw'ekitiibwa kya Katonda.

Nga Adamu tannalya ekibala eky'oku muti ogw'okumanya obulungi n'obubi, waali tewaliiwo nsonga eyawuza mutima na mwoyo. Omwoyo Gwe gwe gwali omutima gwe gwe nnyini. Naye engeri gye yayonoona era omwoyo gwe ne gufa, agatali mazima ne gajja mu mitima gyabwe. Okuva kw'olwo omutima gw'omuntu oyo ne gwawulwamu omutima ogw'amazima n'omutima ogutaliimu mazima. Tulina ebitundu bibiri eby'emitima. Ekitundu ekimu kibeera kyagala kugoberera okuyaayaana kw'Omwoyo Omutukuvu ate ekitundu ekirala kyagala okugoberera omubiri.

Kwe kugamba, tulina okuyaayaana okugoberera amazima, obulungi, n'omwoyo, ate okuyaayaana okulala kwe kunoonya agatali mazima, obubi, n'omubiri. Gye tukoma okubeera ab'omwoyo, gye tukoma okufuga okuyaayaana kw'omubiri n'okugoberera okuyaayaana kw'Omwoyo Omtukuvu. Bwe tufuga mu bujjuvu okuyaayaana kw'omubiri, tetujja kuwulira nti okutambulia mu bulamu bw'ekikristaayo kizibu, wabula tujja kubeera mu ssanyu n'okujaganya.

Naye bwe tubeera n'okuyaayaana okw'okugoberera omubiri nga kungi, twandifiirwa mu ntalo zaffe ez'omwoyo. Emitima gyaffe bwe gyawulwamu wakati ebitundu bibiri ebyenkanankana nga ekitundu ekimu kye ky'omutima ogugoberera amazima n'ekirala, omutima ogutaliimu mazima, olwo nno okutambulira mu bulamu obw'ekikristaayo bujja kutubeerera buzibu okutambuliramu kubanga wajja kubaawo okuwakana kw'amaanyi wakati w'enjuyi zombi. Naye okuyaayaana okugoberera Omwoyo Omutukuvu bwe kubeera nga kwe kusingako, olwo nno tujja kubeera tutambula tudda eri obulamu obuwanguzi. Bwe tugenda mu maaso 'n'okuzaala omwoyo' okuyita mu Mwoyo mu ngeri eno, tujja kubeera tusobola okwegyako ebintu ebitaliimu mazima mu mitima gyaffe era emitima gyaffe gijja kujjuzibwa mu bujjuvu n'amazima. Olwo, omwoyo gwaffe n'omutima bibe bumu.

Omwoyo mu muntu ye yekka amanyi ebirowoozo byonna eby'omuntu oyo. Oyinza okulowooza nti omutima gwo ogumanyi bulungi nnyo, naye si kituufu. Eky'okulabirako, abantu bangi babeera ne bye bateekawo okukola mu mwaka bwe gubeera gutandika. Abamu bamalirira n'okutambulira mu Kigambo kya Katonda ate abalala ne bagamba nti bajja kugaziya bizinensi zaabwe.

Abayizi abamu bayinza okusalawo okusoma ennyo bafune obubonero obulungi. Abantu bwe bakuuma ebyo bye basazeewo okutuukiriza ng'omwaka gutandika waakiri okutuuka mu mwaka wakati, kijja kubeera kirungi nnyo era tekisangikasangika. Kitegeeza nti tebamanyi mutima gwabwe.

Katugambe osaba Katonda akumalirewo ebizibu by'ensimbi. Oyinza okugamba, "Katonda wange, bw'ompa omukisa gw'ensimbi, Nja kuyamba abeetaaga era ensimbi nzikozese mu bintu ebikuweesa ekitiibwa! Omanyi omutima gwange nkwegayiridde mpa omukisa gw'ensimbi!" Naye ng'ebiseera ebisinga tebafuna kuddibwamu kwonna eri okusaba kwabwe.

Katonda ayagala okuwa abaana Be bwe basaba, naye lwaki tabawa? Kiba bwe kityo lwakuba Amanyi emitima gyabwe.

Bayinza okulowooza nti bajja kuyamba abaavu olw'okuba n'abo bali mu kubonaabona n'obwavu, naye Katonda yekka yamanyi ekiri mu mutima ogw'omunda. Katonda tayinza kubawa mukisa bwalowooza nti, "bwe n'amuwa ensimbi, ajja kunneesamba. Ajja kwagala nnyo sente okusinga bwangagala, tajja na kusaba, era mpolampola ajja kuddayo mu nsi."

Amazima gali nti, eriyo abantu batono abasigala nga basaba

n'okusigala mu bulokozi ne bataddayo mu nsi bwe bafuna omukisa gwa sente. Bwe babeera mu bwetaavu, bakolera obwakabaka n'obwesigwa, naye bwe bafuna omukisa, nga batandika okwesamba Katonda. Ne batandika okwewolereza nti balina emirimu mingi era tebalina budde. Mu mbeera nga zino, osobola okukiraba nti balina omukisa ogusingako obulungi nga tabalina sente okusinga nga bazirina era nga kibayambako obutava ku Katonda.

Mu ngeri eno tetumanyi mitima gyaffe, naye omwoyo oguli mu ffe gumanyi. Abo abeekwata Ekigambo kya Katonda era ne batambulira ddala mu mazima amanya emitima gyabwe. Amanya oba nga bakozesa bukalabakalaba oba nedda, oba banaakuuma ekisuubizo kyabwe oba nedda. Omwoyo waabwe abaganya okutegeera ebintu bino, era tebajja kukola nsobi mu maaso ga Katonda.

Eky'okulabirako, tebajja kumala gasaba nti, "Katonda nja kukikola!" Kyokka bajja kwogera ebigambo nga, "Katonda njagala okukikola, nsaba ompe amaanyi era onnyambe!" Katonda atugamba obutalayiranga (Matayo 5:34). Bwe tulayira, Setaani ajja kugezaako okutuccankalanya tuleme okukituukiriza. Yensonga lwaki tusaba nti, "Katonda wange nnyamba, ompe amaanyi okukituukiriza."

Naye omwoyo gwo bwe gukkiriza nti ddala osobola okukola ekintu, ojja kusobola okwogera mu ssaala yo nti, "Katonda nja kukikola, nkwegayiridde nnyamba," era ddala ojja kukikola. Kubanga weeyamye mu maaso ga Katonda n'eri gwe wennyini, ddala ojja kukikola. Omwoyo w'amazima mu ffe amanyi ebirowoozo byaffe eby'omunda, era asobola n'okusaba okusinziira ku mbeera mwe tuli.

Naye bwe tuba tetunnafuuka bantu ba mwoyo, tuba tetunnasobola kuwulira ddoboozi ery'Omwoyo Omutukuvu. Tusobola kwekebera ffekka n'emitima gyaffe, era tetuyinza kutegeerera ddala ebintu eby'ebuziba. Eyo yensonga lwaki tetusobola kumanya kiki ekinaabaawo enkya.

N'olwekyo ekintu kimu kye tulina okujjukira. Kyawandiikibwa nti, "Kubanga muntu ki ategeera eby'omuntu wabula omwoyo gw'omuntu oguli mu ye?" Bw'ofuuka omuntu ow'amazima, ojja kusobola n'okwewala ebintu ebizibu, kubanga Omwoyo Omutukuvu ajja kukuganya okukimanya okuyita mu kirooto, mu kulung'amizibwa, oba okuyita mu ddoboozi mu mutima, oba bw'oba osaba. Omwoyo Omutukuvu anoonya n'ebintu eby'ebuziba ebya Katonda, era ajja kutuyamba okumanya. Kye tukoma okufuuka abantu ab'omwoyo, gye tujja okukoma okuwulira amaloboozi ago ag'Omwoyo Omutukuvu obulungi ennyo.

N'olwekyo, bwotegeera obulungi Ekigambo kya Katonda eky'amazima era n'otegeera amazima, kiba kyekola kyokka, ggwe okubeera ng'owuliziganya ne Katonda. Ojja kusobola okweyisa obulungi mu bintu byonna bw'ofuuka omuntu ow'omwoyo. Omwoyo Omutukuvu ali mu ffe, era bwe tuwuliriza eddoboozi Lye, tusobola okutegeera omutima gwa Katonda era tuba tujja kumusanyusa.

Naye ffe tetwaweebwa mwoyo gwa nsi, wabula Omwoyo oguva eri Katonda, tulyoke tutegeerenga Katonda byatuwa obuwa. (2:12)

Abo abakirizza Yesu Kristo era ne bafuna Omwoyo Omutukuvu bafuna ekirabo eky'Omwoyo gwa Katonda, si omwoyo ogw'ensi eno. Olwo, omwoyo gw'ensi gwe guli wa? Gwe mwoyo gwa setaani, omwoyo omulimba, era omwoyo ogw'obulimba.

Ne mu bakkiririza mu Katonda tusobola okulaba abo abafunye omwoyo ogw'obulimba. Eky'okulabirako, be bantu abagamba nti tebasobola kukkiririza mu bubonero n'ebyewuunyo ebyawandiikibwa mu Bayibuli.

Bayibuli ewandiika ku bubonero bungi n'ebyewuunyisa. Bino bibaawo lwakuba Katonda atonda ebintu nga talina mwabiggya. N'olwekyo, si kirungi obutakkiririza mu Katonda nga tukozesa ebirowoozo n'enjigiriza zaffe. Abantu bano bayinza okugamba nti bakkiriza, naye nga tebannazaalira ddala mwoyo okuyita mu Mwoyo. Abo si baana ba Katonda.

Bayibuli eyogera ki ku mwoyo gw'ensi?

1 Timoseewo 4:1 wagamba, "Naye Omwoyo ayogera lwatu nti mu nnaku ez'oluvannyuma walibaawo abaliva mu kukkiriza, nga bawulira emyoyo egikyamya nokuyigiriza kwa basetaani." Tetujja kulimbibwa bwe tuyimirira ne tunywera ku lwazi olw'okukkiriza. Abo abava ku kukkiriza kwabwe bajja kugoberera emyoyo emirimba n'enjigiriza za setaani.

Eky'okulabirako, Bayibuli etulagira okukoowola Mukama mu kusaba, era tulina okukigondera mu kusaba kwaffe. Naye abantu abamu bagaana banaabwe okukaabiria Mukama mu kusaba nga bagamba nti Katonda si muzibe. Era, Ekigambo kya Katonda kitugamba okuba nga tukung'anira wamu fenna ekiseera kyonna, naye abamu tebagala kukung'ana nga bagamba nti bakola nnyo. Ebintu bino ze njigiriza ez'obulimba ez'emyoyo emirimba.

1 Yokaana 4:3 wagamba nti, "Na buli mwoyo ogutayatula Yesu nga teguvudde eri Katonda, era ogwo gwe mwoyo gw'omulabe wa Kristo, gwe mwawulira nga gujja, era kaakano gumaze okuba mu nsi." Olunyiriri 6 lugamba, "Atali wa Katonda tatuwulira, Ku ekyo kye tutegeerera omwoyo ogw'amazima n'omwoyo ogw'obukyamu."

Mu Kubikkulirwa 16:13 kyawandiikibwa nti, "Ne ndaba nga giva mu kamwa k'ogusota, ne mu kamwa ka nnabbi w'obulimba, emizimu emibi esatu, nga giri ng'ebikere." Woogera ku myoyo egitali mirungi. Okubikkulirwa 16:14 wongera okwogera nti, "Kubanga gye mizimu gya balubaale, egikola obubonero, egigenda eri bakabaka b'ensi zonna okubakung'aanya eri olutalo olw'oku lunaku olukulu olwa Katonda, Omuyinza w'ebintu byonna." Woogera ku myoyo egy'emizimu.

Okubikkulirwa 18:2 wagamba, "N'ayogerera waggulu n'eddoboozi ery'amaanyi, ng'ayogera nti, 'Kigudde, kigudde Babulooni ekinene, ne kifuuka ekisulo kya balubaale, n'ekkomera erya buli dayimooni, n'ekkomera erya buli nnyonyi embi ekyayibwa.'"

Omuntu bwafuna omwoyo ogw'ensi nga ogwogeddwako waggulu, ajja kuva ku mazima era agoberere ensi. Gyali okugoberera Ekigambo kya Katonda abeera alaba nga kya ngeri! Eri ye kifuuka ekintu ekya bulijjo engeri gy'aba afuna emirimu gya dayimooni n'emyoyo emirimba.

Naye abaana ba Katonda abatuufu tebafuna mwoyo gwa nsi wabula Omwoyo gwa Katonda gwokka, Omwoyo Omutukuvu. 1 Abakkolinso 2:12 wanyonnyola ensonga etuweesa Omwoyo. Wagamba nti, "Kati tuweereddwa Omwoyo, si omwoyo ogw'ensi, wabula Omwoyo oguva eri Katonda, tulyoke tutegeerenga Katonda by'atuwa obuwa."

Bwe tusasulwa olw'omulimu gwaffe, si kiba kisa. Tuba tusasuddwa olw'ekyo kye twakola. Naye bwe tufuna ekintu awatali kukola mulimu gwonna, kye kisa.

Tetwalokolebwa kubanga tuliko kye twakola oba lwakuba twatambulira mu bulamu obutuukirivu 9:13 wagamba, "Ssajja kuyita batuukirivu, wabula abantu ababi." Yesu yajja kuyita b'onoonyi. Kati tusobola okweggyako ebibi era tutambulire mu bulamu obutuukirivu kubanga Yesu yatuyita ffe abaali ab'onoonyi. Twasonyiyibwa ebibi byaffe okuyita mu Yesu Kristo era tusobola okuwangula ensi olw'amaanyi ga Katonda.

Ebintu Eby'Omwoyo Bitegeerebwa Okuyita mu Mwoyo

N'okwogera twogera ebyo, si mu bigambo amagezi g'abantu bye gayigiriza, wabula Omwoyo by'ayigiriza bwe tugeraageranya eby'omwoyo n'eby'omwoyo. (2:13)

Omutume Pawulo teyabuulira njiri n'amagezi g'ensi eno oba okugoberera ebyo ebisomesebwa abantu. Teyakeberanga mu bitabo oba amasomo amalala gonna wabula yasomesa ebyo Omwoyo Omutukuvu bye yamusomesanga.

Eriyo abantu bangi abalina amagezi n'okumanya okungi eby'ensi. Naye eky'okuba n'amagezi g'ensi amangi tekitegeeza nti omuntu n'emirimu gya Katonda anaagikola bulungi. Eky'okulabirako, eriyo abakulu b'ebitongole ebinene abayinza n'okulemererwa okubaako omulimu gwonna gwe bakola mu kanisa.

Yensonga lwaki 1 Abakkolinso 2:4 wagamba, "N'ekigambo kyange n'okubuulira kwange tebyabanga mu bigambo eby'amagezi ebisendasenda, wabula mu kutegeeza okw'Omyoyo n'amaanyi." Emirimu gya Katonda tegisobola kufunibwa n'amagezi ga bantu oba okumanya. Girina kukolebwa n'okulagibwa okw'amaanyi ag'Omwoyo. Kye kimu n'okuzza obuggya ekkanisa. Abantu abamu ab'amannya abaali abakulembeze oba bassabakenkufu b'amatendekero era abakulembeze b'abantu bafuuse abasumba. Tuyinza okulowooza nti bagenda okukyusa abantu bangi okubaleeta eri ekkanisa olw'okuba balina amagezi mangi n'okumanya. Naye si bwe kiba. Emirimu gya Katonda tegisobola kufunibwa n'amagezi saako okumanya eby'abantu. Tulina okukola emirimu gya Katonda okusinziira kukusomesebwa kw'Omwoyo Omutukuvu kwokka. Asomesa ki? Katulabe mu Bayibuli engeri Gyakolamu okuzza obugya emyoyo egibadde gyafa era n'akulembera emyoyo egizuukuziddwa eri amazima.

Yokaana 14:26 wagamba, "Naye Omubeezi, Omwoyo Omutukuvu, Kitange gw'alituma mu linnya Lyange, oyo alibayigiriza byonna, alibajjukiza byonna bye nnabagamba." Tulina okufuna okusomesebwa kuno n'okulung'amizibwa kw'Omwoyo Omutukuvu.

Lukka 12:11-12 wagamba, "Era bwe babaleetanga mu makung'aaniro n'eri abaamasaza n'abalina obuyinza, temweraliikiriranga bwe munaddamu oba kye munaddamu oba kye munaayogera kubanga Omwoyo Omutukuvu anaabayigirizanga mu kiseera ekyo ebibagwanidde okwogera." Na bwe kityo, tewajja kubeera nsobi yonna bwe tuwulira eddoboozi ly'Omwoyo Omutukuvu era ne tugoberera okulung'amizibwa Kwe.

Mu buli kyonna kye tukola, Omwoyo Omutukuvu bw'aba takola, tujja kubeera na birowoozo bya buntu byokka, era bwe tutyo tetusobola kwerabira ku maanyi ga Katonda. N'olwekyo, tulina okukola okuyita mu kulabisibwa kw'amaanyi g'Omwoyo, si n'amagezi oba okumanya kw'abantu.

Ebintu Eby'omubiri ne Emirimu Egy'omubiri

Olunyiriri 13 lumaliriza n'ebigambo bino, "... bwe tugeraageranya eby'omwoyo n'eby'omwoyo". Ebintu eby'omwoyo bye biri wa? Ate bwe wabaayo ebintu eby'omwoyo, kitegeeza nti eriyo n'ebitali bya mwoyo. Katusooke tutunuulire ebintu ebitali bya mwoyo. Bitegeeza ebintu eby'omubiri n'emirimu egy'omubiri.

Ebintu eby'omubiri kitegeeza ebintu ebyo ebireetera ebirowoozo ebibi okuteekebwa mu nkola, gamba nga obugya, ensaalwa, n'obukyayi.

'Omubiri' mu Bayibuli kitegeeza 'ebikolwa ebibi n'embala ez'ekibi.' 'emirimu egy'omubiri' kitegeeza ebibi ebiteekeddwa mu nkola. Bwe tuba twagala muli okukuba omuntu, bwe tulowooza kukumukuba kye 'kintu eky'omubiri,' kyokka bwe tukuba omuntu oyo, kifuuka 'omulimu gw'omubiri.'

Abaruumi 13:14 wagamba, "Naye mwambale Mukama Yesu Kristo, so temutegekeranga mubiri olw'okwegomba." Abaggalatiya 5:19-21 woogera ku mirimu gy'omubiri egyo egikontana n'ebintu eby'omwoyo. Wagamba, "Naye ebikolwa by'omubiri bya lwatu, bye bino : obwenzi, empitambi, obukaba, okusinza ebifaananyi, okuloga, obalabe, okuyomba, obuggya, obusungu, empaka, okweyawula, okwesalamu, ettima, obutamiivu, ebinyumu, n'ebiringa ebyo; nsooka okubabuulira ku ebyo, nga bye nnasooka okubabuulira nti bali abakola ng'ebyo tebasikira bwakabaka bwa Katonda".

Emirimu gino egy'omubiri gitukosa ffe era ne girumya n'abalala. Gitulemesa okusikira obwakabaka bwa Katonda n'okufuna okuddamu okuva eri Katonda.

N'olwekyo, 'ebintu eby'omwoyo' kitegeeza okuva ku bintu ebyo eby'omubiri oba okubyeggyako n'emirimu egy'omubiri. Bwe tutuuka ku ddaala lino, tujja kusobola okuwuliziganya ne Katonda, tufune okuddamu eri buli kimu kye tusaba, era tumuddize ekitiibwa.

Abaana ba Katonda bali mu lugendo olubatwala eri okufuuka abantu ab'omwoyo, era abakkiriza abasinga tebannafuuka abantu abatuukiridde mu mwoyo abo Katonda bakkiriza. Buli muntu alina ekigera eky'enjawulo eky'okukkiriza, era tusobola okutegeera ebintu eby'Omwoyo obulungi ennyo bwe tuyingira mu mitendera egyo egy'omwoyo.

Naye omuntu ow'omukka obukka takkiriza bya Mwoyo gwa Katonda, kubanga bya busirusiru gy'ali, era tayinza kubitegeera, kubanga bikeberwa na mwoyo. (2:14)

Wano, 'omuntu ow'omukka ' kitegeeza omuntu ateekuuma

Ekigambo kya Katonda era nga tannayingira mu mazima, kwe kugamba ng'agayala nnyo ensi era ng'akyalina okuyaayaana kw'ensi mu ye.

Abantu ab'ekika ekyo tebasobola kuwulira ddoboozi lya Mwoyo Mutukuvu era tebasobola kulung'amizibwa Ye. Omwoyo Omutukuvu bulijjo atusomesa era n'atulung'amya, naye amatu ag'omwoyo bwe gabeera maggale obutawulira ddoboozi Lye, ebintu eby'omwoyo tebisobola kutegeerebwa. Omuntu ow'omukka obukka alowooza abantu ab'omwoyo basirusiru.

Wadde tuyinza obutafuna mikisa mu bizinensi zaffe oba ku mirimu gye tukolera, okutambulira mu Kigambo kya Katonda mukisa. Abantu ab'ensi bamanyi okugamba nti omuntu omugagga yalina omukisa, naye Bayibuli tegamba nti emikisa gya Katonda gibeera gya nsimbi gyokka.

Zabbuli 1:1-2 wagamba, "Alina omukisa omuntu atatambulira mu kuteesa kw'ababi, newakubadde okuyimirira mu kkubo ly'abo abalina ebibi, newakubadde okutuula ku ntebe y'abanyooma. Naye amateeka ga Mukama ge gamusanyusa, era mu mateeka Ge mwalowooleza emisana n'ekiro."

Nga bwe tuyiga okuva ku lugero lw'omusajja omugagga ne Laazaalo omwavu, obugagga bw'okunsi kuno si mukisa ogwa ddala. Laazaalo yaweebwa omukisa, kubanga yaweereza Katonda era n'afuna obulokozi. Obulamu buno obw'ensi bw'akaseera buseera, naye obwakabaka obw'omu ggulu bwa lubeerera. Abo abasobola okukkiriza ekigambo kino n'essanyu era be basobola okugenda ku ddala ery'omwoyo.

Abo bokka abafuna emirimu egy'Omwoyo gwa Katonda kino be basobola okukitegeera. Mu ngeri eno, basobola okwesonyiwa okugwa mu mirimu egy'omubiri era ne batambulira mu mazima. Nga bwe kyogera mu bigambo ebiri, 1 Corinthians 2:14, tusobola okugeraageranya [okutegeera] ebintu ng'ebyo na mwoyo.

'Okugeraageranya' kitegeeza okwawulawo wakati w'ebintu bibiri. Amazima gatugamba ekituufu kye kiri wa, naye abo abalina emirimu gy'omubiri tebasobola kwawula wakati w'ebintu ebibi bulungi. Bbo balowooza nti ebirowoozo byabwe bye birina okubeera ebituufu. Naye nga basobola okwawulawo ekituufu kye nnyini nga bamaze kuyingira kuyingira mu mutendera ogw'omwoyo.

Naye omuntu ow'omwoyo akebera byonna, naye ye yennyini takeberwa muntu yenna. (2:15)

Ebintu bingi ebya Bayibuli bitubuulira obutakolokota balala. Olwo olunyiriri luno lutegeeza ki? 'Omuntu ow'omwoyo' ye muntu atambulira mu kigambo Eky'amazima. Olw'okuba atambulira mu Kigambo ky'amazima ga Katonda mu bujjuvu, ategeera amakulu agakirimu, era asobola okukebera omuntu yenna.

Wano, kino kitegeeza ki 'okukebera'? Omuntu ow'omwoyo tasobola kukyawa oba okukwatirwa abalala obuggya, wadde okutandika okwemanya n'okutandika okukoloota abalala.

Okukebera kwe kujja kubeera okukebera okw'okwagala.

Matayo 7:3-5 wagamba, "Ekikutunuuliza ki akantu akali ku liiso lya muganda wo, naye n'otofaayo ku njaliiro eri ku liiso lyo ggwe? Oba olimugamba otya muganda wo nti, 'Leka nkugyeko akantu akali ku liiso lyo, naye laba enjaliiro ekyali ku liiso lyo ggwe? Munnanfuusi ggwe, sooka oggyeko enjaliiro ku liiso lyo ggwe, olyoke olabe obulungi okuggyako akantu ku liso lya muganda wo "

Watugamba nti bwe tusooka okweggyako 'enjaliiro' eri ku liiso lyaffe, olwo tusobola okulaba abalala obulungi. Okweggyako enjaliiro ku maaso gaffe kitegeeza okweggyako ebintu eby'omubiri byonna. Abo abatambulira mu mazima kyekola kyokka bo okwagala Katonda ne baganda baabwe. Tebalina buggya bwonna, nsaalwa, oba okwemanya. Baganda baabwe babatunulira n'okwagala kwokka, era abantu abo bokka be basobola okulaba akantu akali ku liiso ly'abaganda baabwe. 'Oyo ow'omwoyo' mu bigambo bino kitegeeza omuntu ow'ekika kino ow'omwoyo.

Olwo ani ayinza okukebera omuntu ow'omwoyo?

Abantu ab'ensi banguwa okusonga ennwe n'okukolokota abalala. Tebamanyi ebintu eby'omwoyo bibeera bitya, bo balowooza nti bebatuufu. Kale, abantu ab'omwoyo babatwala nti basirusiru era ne babakolokota. Abafalisaayo, n'abawandiisi, n'abo abatakkiriza baakolokota era ne basalira Yesu omusango.

Naye ng'amazima, abo abatamanyi bintu bya mwoyo tebasobola kusalira musango abo ab'omwoyo.

Kiba nga bw'olaba omwana ali mu pulayimale bwatasobola kwogera ku ngeri omwana owa siniya bwakolamu okubala. Okujjako ng'omwana oyo atuuse mu siniya era n'amusingako ku bubonero lwasobola okugamba oba nga omuyizi wa siniya yali akola bubi okubala oba yali akukola bulungi. N'olwekyo, abantu ab'omwoyo basobola okukebera omuntu yenna, naye abo abatali ba mwoyo tebasobola kukebera bantu ba mwoyo.

Kubanga ani yali ategedde okulowooza kwa Mukama, alyoke amuyigirize? Naye ffe tulina okulowooza kwa Kristo . (2:16)

Osobola okusomesa omuntu akusingako okuba ow'omwoyo? Mbuuza oba nga osobola osobola okusomesa omuntu akusinga okuwulira eddoboozi ery'Omwoyo Omutukuvu. Bw'okikola kitegeeza, oli mu kusomesa Katonda Yennyini. Bw'ogezaako okusomesa omuntu awulira eddoboozi ly'Omwoyo Omutukuvu obulungi, kitegeeza nti weetadde waggulu wa Katonda.

N'olwekyo, tulina okwegenderereza obulungi eddaala kwe tuli mu kanisa tuleme okuyitawo. Setaani atandika okukola singa ensonga eno ekwatibwa bubi. Yensonga lwaki Pawulo yagamba, "Kubanga ani yali ategedde okulowooza kwa Mukama, alyoke amuyigirize?" Bwe baakiwulira, abakkiriza ne baggwamu amaanyi, era ne bagamba nti, "Naye ffe tulina okulowooza kwa

Kristo" mu lunyiriri 16. Tetulina kuggwamu maanyi, kubanga tulina okulowooza kwa Kristo.

Omwoyo Omutukuvu atuula mu ffe. N'olwekyo, bwe tutambulira mu mazima, tusobola okuwulira eddoboozi Lye okubeera nga tufaanana Mukama era tweyongera okufuuka abantu ab'omwoyo, Nga tuweebwa obusobozi okwawula ebintu eby'omwoyo kw'ebyo ebitali. Olwo nno tusobola okutwalibwa ng'abaana ba Katonda abatuufu.

Abaruumi 8:14 wagamba, "Kubanga bonna abakulemberwa Omwoyo gwa Katonda, abo be baana ba Katonda." Si buli muntu, wabula abo abakulemberwa Omwoyo gwa Katonda, be baana ba Katonda. N'olwekyo, katuyingire omutendera ogw'omwoyo era tufuuke abaana ba Katonda abakulemberwa Omwoyo gwa Katonda.

Essuula 3

TULI YEEKAALU YA MUKAMA

Ekkanisa y'e Kkolinso yali ya Mubiri

Katonda Ye Yakuza

Omukoza w'Abazimbi Ow'amagezi

Omulimu Ogwa buli Muntu

Okuzikiriza Yeekaalu ya Katonda

Amagezi ag'ensi Busirusiru

Ekkanisa y'e Kkolinso Yali ya Mubiri

Nange, ab'oluganda, ssaayinza kwogera nammwe ng'ab'omwoyo, naye ng'ab'omubiri, ng'abaana abawere mu Kristo. (3:1)

Pawulo agamba, "ssaayinza kwogera nammwe ng'ab'omwoyo..." Okuva mu kino, tusobola okukiraba nti abakkiriza b'ekkanisa y'Abakkolinso baali tebannafuuka abantu ab'omwoyo. Bwatyo Pawulo nga tasobola kwogera n'abo ng'abantu ab'omwoyo kubanga baali bakyatambulira mu mubiri. Baali abantu abagala ensi era nga ba mubiri.

Pawulo kino kyalina okwogera okunyonnyola abantu bano abatannatuuka ku ddaala ery'omwoyo, "... naye ng'ab'omubiri, ng'abaana abawere mu Kristo." Abaana abawere tebasobola kulya mmere ekaluba. Singa baali baakulya mmere ekaluba embuto zaabwe gye zitasobola, emmere eyo yandikosezza obulamu bwabwe. Yensonga lwaki abaana abawere babawa mata.

Mu ngeri y'emu, abo abagamba nti bakkiririza mu Katonda, naye nga bakyatambulira mu mubiri, tebasobola kuyingiza wadde okutegeera Ekigambo kya Katonda. Tebasobola kutambulira mu kigambo Kye. Wadde ab'ensi eno bayinza okubayita abayivu, bakyali baana mu Kristo abo abatamanyi mazima.

Nnabanywesa mata, so si mmere; kubanga mwali temunnagiyinza. naye era ne kaakano temunnagiyinza, (3:2)

Omutume Pawulo yagamba nti teyabawa mmere ekaluba, wabula amata. Nga bwe kinyonnyoddwa mu lunyiriri 1, abakkiriza mu kanisa y'e Kkolinso baali bato abaali tebannayinza mmere ekaluba. Yensonga lwaki Pawulo yagamba yalina okubawa mata gokka, kubanga baali tebannasobola kuyingiza bintu bya mwoyo.

Era tusobola n'okutegeera nti abakkiriza mu kanisa y'e Kkolinso baali bakyali ba mubiri okuva mu ssuula 1 eya 1 Abakkolinso. Baalina obukuukuulu mu kanisa obwagambanga nti, "'Nze ndi wa Pawulo', n'omulala nti 'nze ndi wa Apolo', nti 'Nze ndi wa Keefa.'" Kino kitegeeza nti baali tebali bumu mu mazima.

Singa baali bamanyi okulya emmere ey'omwoyo, bandibadde bumu mu kwagala okusaba, okugoberera okwagala kwa Katonda, n'okwongera okulokola emyoyo. Naye olw'okuba baali bakyali bato mu mwoyo nga basobola mata gokka, baakalambira nga balowooza batuufu. Kitegeeza baali tebeenyigira mu bintu eby'omwoyo.

Tulina kubeera na kukkiriza kwa kika ki ffe okusobola okunyiikira okufuuka abantu ab'omwoyo mu kukkiriza? Singa okukkiriza okw'omwoyo tukugeraageranya n'obubonero okutuuka ku kikumi, abantu ab'omwoyo b'ebo abayisizza mu bitundu 60 ku kikumu eby'eddaala ery'okusatu ery'okukkiriza. Abantu abakyali ku bitundu 50 ku kikumi bayinza okuyuyuzibwa okudda ku kkono oba ku ddyo. Naye abo abali ku bitundu 60 tebasobola kuyuuyizibwa era bajja kusobola okuwangula okuyaayaana kw'omubiri. N'olwekyo, tuyinza okugamba nti 'bayimiridde ku lwazi olw'okukkiriza'. Okuva ku ddaala lino okweyongera waggulu, basobola okuyitibwa abasajja n'abakazi ab'omwoyo era nga bajja kunoonya ebyo ebintu eby'omwoyo.

Nkwegayiridde, weekebere olabe oli ludda ki ku minzaani ebala okuva ku emu okutuuka ku kikumi essaawa eno? Bw'oba oli ku bitundu 10 ku kikumi oba 20 ku kikumi eby'okukkiriza, kitegeea nti okyali mwana mu kukkiriza. Nga bwe kyanyonyoddwa edda, wadde bantu bakulu mu nsi eno, mu mwoyo basobola okubeera abaana bwe babeera tebasobola kuyingiza wadde okutegeera ebintu ebigumu, ebintu eby'omwoyo. Bwe kiba bwe kityo, olwo nno balina okuwuliriza Ekigambo era bakitambuliremu n'obwegendereza okusobola okufuuka abakkiriza abakuze.

Era, mu mwoyo, abakkiriza abaggya n'abo balinga abaana mu mwoyo. Okusinziira ki kigero kyabwe eky'okukiriza era nga tulina okubakuza mu mwoyo n'okubalabirira. Katugambe omukkiriza omuggya alina edduuka. Ku sande, olw'okuba akyali ku ddala ery'omwana mu mwoyo, ayinza okujja ku kanisa ku makya, olw'eggulo n'aggulawo edduuka lye. Bwaggalawo edduuka lye ku lwe sande lwonna, Katonda ajja kumuwa omukisa. Naye tannabeera na kukkiriza okumukirisiza amazima ago.

Bwe tugamba abantu ng'abo nti, okusobola okukuuma olunaku lwa Mukama nga lutukuvu, alina okuggalawo edduuka olwa Sande lwonna era olunaku lwonna alumale ku kanisa, ayinza okuwulira nga kimukaluubiridde era n'agaana okukikola.

N'olwekyo, tulina okubasomesa mpola mpola engeri ey'okukuumamu Olunaku lwa Mukama nga lutukuvu. Tuyinza okubateekamu ekirowooza gamba nga, "Bw'oba toyagala kuggalawo dduuka lyo ku sande, osobola okukireka naye era nga bw'osaba Katonda ayongeze okukkiriza kwo. Era okukkiriza kwo bwe kugenda kweyongera ojja kwagala wekka okuggalawo edduuka lyo obeera ku kanisa." Kubanga babeera ku ddaala ery'okwagala ennyo esente okusinga Katonda, kati tetulina ku baliisa mmere ya mwoyo olubuto lwabwe lw'eneeremerera okumulungula!

Okukkiriza kwe bwe kukula era mu mwoyo bwatandika okulya ku mmere egondagonda, ayinza okuggalawo edduuka ku lunaku olwa sande, naye ku nnaku ez'okuwummulirako ayinza obutawangula kikemo ekyo era n'aggulawo edduuka. Tasobola kukuuma lunaku lwa Mukama nga lutukuvu n'essanyu. Wano abeera ku ddaa;a ng'alya emmere egonda. Okutuuka ku ssa lino, tugamba nti 'bakyali ba mubiri'.

Naye omuntu bwafuuka omuntu ow'omwoyo, ajja kuggalawo edduuka lye ku lunaku olwa Sande okukuuma Olunaku lwa Mukama nga lutukuvu ne bw'aba nga ajja kubeerako bwafiirwa mu bye nsimbi. Omukkiriza ow'omwoyo tayagala kuwanyisa bwakabaka obw'eggulu n'obusente obutono, era tajja kujeemera kigambo kya Katonda olw'okweyagaliza. Era, abantu ab'omwoyo bakisanyukiramu nga bakikola kubanga bakimanyi temuba kufiirwa okuggalawo edduuka ku lunaku olwa Sande. Basanyusa Katonda nga bakuuma Ekigambo n'okukkiriza era ne basanyukira mu ky'okuba nti bakkirizibwa Katonda ng'abaana Be. Tugamba nti abantu bano 'bayimiridde ku lwazi olw'okukkiriza'.

kubanga mukyali ba mubiri. Kubanga mu mmwe nga bwe mukyalimu obuggya, n'okwegomba, temuli ba mubiri, era temutambula ng'abantu obuntu? (3:3)

Omutume Pawulo yali assa essira ku ky'abakkiriza mu kkanisa y'e Kkolinso okuba nti bakyali ba mubiri bwe yali asonga ku ky'okuba nti mu bbo mwali mukyalimu obuggya n'okwegomba.

Okuba n'obuggya kwe kuwulira obubi eri omuntu bwe muli ku mbiranye n'okumuyisa obubi oba, eri omuntu gw'olowooza nti ali bulungi oba alina kye yeeyagaliramu. Okwegomba bwe bukaawu, oba okukuubagana n'omuntu oba okumweyawulako. Kitandikira ku kweyagaliza, era kireetawo ennyombo.

Nga bwe kyanyonnyoddwa edda, ba memba b'ekkanisa y'e Kkolinso baali bagamba nti ffe tuli ba Pawulo, abalala nti ba Keefa, ate abalala nti Apolo, oba nti ba Kristo okuleetawo obuggya n'okwegomba. Si mu kiseera ekyo kyokka, naye eriyo n'ekkanisa ezirina okwegomba n'okwekutulamu mu kanisa olwaleero.

Eky'okulabirako, ba memba b'ekitongole ekikola ku buminsane mu kanisa balina okugondera omukulu w'ekitongole. Katugambe omukulembeza yalondebwa kubanga yali alaze embala ez'omwoyo ezisinga ku z'abalala. Abali mu kitongole ekyo bwe batamugondera, mubeeramu obuggya n'okwegomba mu bbo.

Bw'oba muli toteredde olw'omukulembeze wo, ng'ogamba nti, "N'asoma okumusingako, era nina n'okukkiriza okusinga ku kukwe!" Olwo Katonda anaakulowooleza ki? Katonda talina kirala kya kukola wabula okugamba nti oli wa mubiri, nga bwe kyali ku ba memba b'ekkanisa y'e Kkolinso. N'olwekyo bwe tubeera n'endowooza ez'ekika ekyo, mu bwangu ddala tulina okuzeggyako era tufuuke abasajja n'abakazi ab'omwoyo.

Kubanga omuntu bw'ayogera nti, 'nze ndi wa Pawulo,' n'omulala nti, 'Nze ndi wa Apolo,' nga temuli bantu buntu? Kale Apolo kye ki? Ne Pawulo kye ki? Baweereza buweereza ababakkirizisa, era nga buli muntu Mukama waffe bwe yamuwa (3:4-5)

Ebikolwa 4:12 wagamba, "So tewali mu mulala bulokozi; kubanga tewali na linnya wansi w'eggulu eryaweebwa abantu eritugwanira okutuokola." Nga bwe kyawandiikibwa, tufuna obulokozi olw'elinnya lya Yesu Kristo. Omutume Pawulo, Apolo, oba omuntu omulala yenna ayinza okuba n'amaanyi mangi, naye tekitegeeza nti tuyinza okulokolebwa okuyita mu ye.

Naye abakkiriza mu kkanisa y'e Kkolinso baali ba 'muntu ono' oba 'omuntu oli', Pawulo yagamba Apolo naye baali baweereza buweereza. Abaweereza b'ebo abaaweebwa obuvunaanyizibwa okuva ku muntu okubutuukiriza. Omutume Pawulo ne Apolo baali baweereza ba Katonda era nga baddu ba Katonda abaali baakwasibwa omulimu ogw'okulokola emyoyo.

Abaweereza tebamala gakola nga bwe balabye, wabula okugoberera okwagala kwa Katonda. N'olwekyo, Apolo oba Pawulo baali bagondera kwagala kwa Katonda okw'okulokola emyoyo nga basiga okukkiriza mu kisibo n'okukirabirira obulungi. Obulokozi buva eri Kristo yekka, kale, Pawulo yali tateredde ku ky'abakkiriza e Kkolinso okwogera nti, ffe tuli ba 'Pawulo' oba 'ba Apolo'.

Katonda Ye Yakuza

Nze nnasiga, Apolo n'afuukirira, naye Katonda ye yakuza. (3:6)

Apolo ye yasooka omutume Pawulo okukkiriza Mukama, naye Katonda yatunuulira ekibya eky'omutume Pawulo era n'amufuula ow'amaanyi okusinga Apolo mu kulaga amaanyi ga Katonda. Bonna baali omu mu Katonda, Naye Pawulo ye yasiga Apolo n'afukirira.

"Pawulo okusiga" kitegeeza nti ye yasiga ensigo ey'okukkiriza mu mitima gy'abantu. Yabuulira Katonda omulamu n'obubonero, era abantu ne bafuna okukkiriza. Bw'etyo ensigo ey'okukkiriza n'esimbibwa mu bo.

Yesu naye yasiga okukkiriza okuyita mu bubonero n'eby'amagero. Singa yali talina kabonero konna kalaze wadde eky'amagero, tewali muntu yenna yandimukkiririzaamu okuba Omwana wa Katonda, Omulokozi.

Obubonero n'eby'amagero bingi Yesu bye yakola ebyawandiikibwa mu Bayibuli. Mu Makko 4 tulaba nga

Tuli Yeekaalu ya Mukama 95

akakkanya omuyaga. Matayo 4:23-24 wagamba, "Yesu n'abuna Ggaliraaya yonna, ng'abayigiririza mu makung'aaniro gaabwe, era ng'abuulira enjiri ey'obwakabaka, era ng'awonya endwadde zonna n'obunafu bwonna mu bantu. Ebigambo Bye ne bibuna Obusuuli bwonna, ne bamuleetera bonna abaali balwadde, abaali bakwatiddwa endwadde ezitali zimu n'ebibonyoobonyo, n'ab'emizimu, n'eb'ensimbu, n'abaali bakoozimbye, nabawonya."

Mu ngeri y'emu, abayigirizwa ba Yesu n'omutume Pawulo baasiga okukkiriza okuyita mu bubonero bwe baalaganga. Eyo yengeri abantu abangi gye baasobola okukkiriza era ne bakkiriza enjiri.

Apolo yafukirira. Ensigo kasita esimbibwa, erina okufukirirwa. Wano, amazzi mu mwoyo kitegeeza Ekigambo kya Katonda. Abasumba n'abakulembeze balina okuwa abakkiriza Ekigambo kya Katonda okukkiriza kwabwe kusobole okukula. Kwe kugamba, bonna bakolera wamu okusobola okutuukiriza obwakabaka bwa Katonda.

Kyokka, okugamba nti omutume Pawulo yasimba okukkiriza, Apolo n'ayamba okukkiriza okwo okukula, tekitegeeza nti okusimba n'okufukirira bya njawulo. Oyo afukirira naye asobola okusimba okukkiriza, n'oyo asimba asobola n'okufukirira. Bombi omutume Pawulo ne Apolo baasiga era ne bafukirira, lwakuba omutume Pawulo ye yasinga kusimba ye Apolo yasinga kufukirira.

Kale bwe kityo asiga si kintu, newakubadde afukirira, wabula Katonda akuza. (3:7)

Ensigo bw'emala okusimbibwa era n'efukirirwa, tebeera ya mugaso okujjako ng'ekuze olw'amaanyi ga Katonda. Amaanyi ga Katonda ge gakuza ensigo eyasimbibwa n'esobola okumera n'okukula.

Ne mu mwoyo bwe kityo, Katonda okuyita mu baweereza Be abasiga okukkiriza era ne bafukirira, Yasobozesa abantu okugondera ekigambo Kye era ne batambulira mu bulamu obw'omukisa. Kyokka asimba n'afukirira tebalina kye bali.

Oyo Katonda yekka Ye yakuza. Omutume Pawulo yasimba, Apolo n'afukirira, kyokka era yali terina makulu okutuusa Katonda nga agikuzizza. N'olwekyo, bombi oyo asiga n'afukirira ekitiibwa balina kukiddiza Katonda.

Naye asiga n'afukirira bali bumu, naye buli muntu aliweebwa empeera ye ye ng'omulimu gwe ye bwe guliba. (3:8)

Oyo asiga n'okufukirira bali bumu kubanga bonna bakozi ba Katonda. Ensigo bwetasimbibwa bulungi, okugifukirira tekujja kugiyamba. Kale abaweereza bwe bakolera awamu era ne basiga n'okufukirira obulungi, buli kimu lwe kiyinza okukolebwa okuyita mu kisa.

Eyo yensonga lwaki wagamba, "Asiga n'afukirira bali bumu, naye buli muntu aliweebwa empeera ye ye ng'omulimu gwe ye bwe guliba." Buli omu alina ekibya ekikye. Abamu balaga bubonero, abalala babuulira, ate abalala ne bafaayo eri abakkiriza mu by'omwoyo, okutendereza Katonda, oba okukola emirimu egy'obwannakyewa. Buli omu ajja kufuna empeera okusinziira ku bikolwa bye.

Si buli basumba bonna nti bajja kufuna empeera ennene. Empeera zigabibwa okusinziira ku muntu gyakomye okwetukuza era n'atuukiriza obuvunaanyizibwa bwe. Tekiva ku kitiibwa omuntu kyaba nakyo. Abayiza bayinza okulowooza, "Nze ndi muyizi era omulimu gwange kusoma, kale nnyinza ntya okubeera n'empeera mu bwakabaka obw'omu ggulu?" Okulowooza okw'ekika ekyo kukyamu. Katonda n'abayizi yabawa obuvunaanyiizibwa. Kwe kusaba n'okusinza Katonda n'okusoma obulungi ng'abayizi okusobola okuweesa Katonda ekitiibwa. Era, bwe bafulumya evvumbe eddungi erya Kristo yonna gye babeera era abalala ne babasiima olw'engeri gye bawaamu bakadde baabwe ekitiibwa, mu bintu ng'ebyo mwe muva empeera.

Olw'okuba abayizi n'abo balina obuvunaanyizibwa obwabwe, n'abo balina empeera mu bwakabaka obw'omu ggulu. Obuvunaanyizibwa bwabwe kwe kugendanga mu kanisa nga tebakakkiddwa, okusaba n'obutabeera ba mitawaana. Olw'ensonga eno, empeera z'abaana zijja kubeera za njawulo okusinziira ku ngeri bazadde baabwe gye baabakuzaamu mu kukkiriza.

N'abasumba bayinza okufuna ekibonerezo ekikambwe bwe batatuukiriza buvunaanyizibwa bwabwe obw'okulabirira emyoyo egy'abakwasibwa. Yensonga lwaki Yakobo 3:1 wagamba, "Temubeera bayigiriza bangi, baganda bange, nga mumanyi nga tulisalirwa omusango ogusinga obunene."

Kubanga Katonda tuli bakozi banne, muli nnimiro ya Katonda, muli nnyumba ya Katonda. (3:9)

'Bakozi banne' kitegeeza abo bwe bakolera awamu okusobola okutuukiriza omulimu gwe gumu. Omutume Pawulo ne Apolo baakoleranga wamu ku lw'okulokola emyoyo okusimba n'okufukirira, n'okutuukiriza obwakabaka bwa Katonda. Pawulo yagamba, "Muli nnimiro ya Katonda." Ennimiro kitegeeza omutima gw'omuntu. Omutima gw'abo abalina okukkiriza ye nnimiro ya Katonda, era eyo yensonga lwaki tulina okugirabirira obulungi ennyo.

Mu Matayo 13, 'ennimiro' yayawulwamu ebika, eyo erina ettaka eddungi, erina amaggwa, erimu enjazi, n'eyo eri ku mabali g'ekkubo. Abaana ba Katonda balina okufuula ennimiro yaabwe eyo erimu ettaka eddungi.

Pawulo era yagamba, "Muli nnyumba ya Katonda." Abaana ba Katonda abo abafunye Omwoyo Omutukuvu ye nnyumba ya Katonda kubanga Omwoyo Omutukuvu atuula mu bbo.

Yensonga lwaki 1 Abakkolinso 3:16-17 wagamba, "Temumanyi nga muli yeekaalu ya Katonda, era Omwoyo gwa Katonda abeera mu mmwe? Omuntu yenna bw'azikirizanga yeekaalu ya Katonda, Katonda alimuzikiriza oyo, kubanga yeekaalu ya Katonda ntukuvu, ye mmwe."

Tuli ennimiro ya Katonda era ekifo Katonda mwatuula, na bwe kityo, tulina okubeera abantu ab'omwoyo, so si abantu ab'omubiri abalina obuggya era abatambulira mu gatali mazima.

Omukoza w'Abazimbi Ow'amagezi

Ng'ekisa kya Katonda bwe kiri kye nnaweebwa, ng'omukoza w'abazimbi ow'amagezi n'asima omusingi n'omulala n'azimbako. Naye buli muntu yeekuumenga bw'azimbako. (3:10)

Olunyiriri luno lulinga olwangu okutegeera mu makulu gaalwo ag'okungulu. Naye lulina amakulu ag'omwoyo ga mirundi essatu amakulu ennyo. Olunyiriri olw'ekika kino lulinga Ekigambo ekiri mu muguwa ogwebyaayi ebisatu. Amakulu agasooka ag'okungulu ag'olunyiriri 10 kye kyaayi ekisooka. Wano woogera ku mutume Pawulo yekka. Wakyaliyo ebyayi ebirala bibiri nga bino bituukira ku ffe. Bw'ogatta ekyaayi ekikwata ku Pawulo n'ebyo ebyogera ku ffe, kwe kufuuka omuguwa ogw'ebyaayi ebisatu.

'Nna' wano kitegeeza omutume Pawulo. Erinnya lye nga tannasisinkana Mukama ye yali Sawulo. Yali Omuyudaaya nakinku era n'ayigganya nnyo abo abakkiririzanga mu Yesu.

N'afuna ekiwandiiko ekitongole okuva ewa kabona omukulu okugenda okukwata buli abaali bakkiririza mu Yesu Kristo okubaleeta mu Yerusaalemi. Kyokka bwe yali agenda e Damasiko, n'asisinkana Yesu Kristo. Ebikolwa essuula 9, lunyonnyola mu bujjuvu engeri Sawulo gye yakkirizaamu Mukama.

Okuva Sawulo lwe yasisinkana Mukama bwe yali agenda e Damasiko, yamwagala nnyo. Abaruumi 8:35-39 wagamba, "Ani alitwawukanya n'okwagala kwa Kristo? Kulaba nnaku, oba kulumwa, oba kuyigganyizibwa oba njala, oba kuba bwereere, oba kabi, oba kitala? Nga bwe kyawandiikibwa nti, 'tuttibwa obudde okuziba, okutulanga ggwe. Twabalibwa ng'endiga ez'okusalibwa.' Naye mw'ebyo byonna tuwangudde n'okukirawo ku bw'oyo eyatwagala. Kubanga ntegeeredde ddala nga newakubadde okufa, newakubadde obulamu, newakubadde bamalayika, newakubadde abafuga, newakubadde ebiriwo, newakubadde ebigenda okubaawo, newakubadde amaanyi, newakubadde obugulumivu, newakubadde okugenda wansi, newakubadde ekitonde kyonna ekirala, tebiiyinzenga kutwawukanya na kwagala kwa Katonda okuli mu Kristo Yesu Mukama waffe."

Omutume Pawulo yamanya nti okumanya Yesu Kristo kye kyali kisingayo omuwendo. Era mu ngeri eyo bwatyo bwe yatunuuliranga ebintu byonna nga kufiirwa era kasasiro. Yafuuka omubuulizi w'enjiri abuulira n'omutima gwe gwonna buli yonna gye yagendanga Katonda gye yayagalanga agende.

Ng'asaba okusinziira ku kwagala kwa Katonda. Era mu

Bikolwa 19:12 tulaba nti obutambaala bwe bwakoonanga ku mubiri gwe nga butwalibwa eri abalwadde ne bawona, n'emyoyo emibi ne gibavaako.

Omutume Pawulo yalondebwa okubeera omuminsani eri ekkanisa ze Antiyokiya era n'anyweza ekkanisa nnyingi mu bifo eby'enjawulo. Yabuulira enjiri mu Kkolinso, Ggalatiya, ne mu bifo ebirala bingi, era n'atandika amakanisa mangi.

Ng'ateeka omuweereza wa Katonda oba omukozi wa Katonda okukulembera buli kkanisa gye yatandikangawo, awo nga avaawo ng'agenda ewalala okwongera okubunyisa enjiri. Mu kiseera kino, yagamba abo be yali ataddewo okukulembera ekkanisa, "Ng'ekisa kya Katonda bwe kiri kye nnaweebwa, ng'omukoza w'abazimbi ow'omagezi n'asima omusingi n'omulala n'azimbako. Naye buli muntu yeekuumenga bw'azimbako."

Pawulo ye yalinga omuzimbi omukulu ow'amagezi. Yabuulira nga Yesu Kristo olw'ekisa kya Katonda era n'ateekawo omusingi. Era wano kyava akubiriza abasumba mu makanisa okubuuliranga enjiri ya Yesu Kristo nga naye bwe yakolanga.

Kino kye kyayi ekisooka eky'omuguwa ekitubuulira embeera y'omutume Pawulo mu kiseera ekyo ne bwe kikwatagana ne kanisa. Ebyayi, eky'okubiri n'ekyokusatu eby'omuguwa bitubuulira okwagala kwa Katonda olwaleero n'okusingira ddala ennaku zino.

Makulu ki ag'okubiri agava eri Katonda agali mu lunnyiriri luno?

Ge gano nti ffe, abaana ba Katonda, tulina okuzimbako era tweyongere n'okuzimba yeekaalu ey'omutima n'obwegendereza. Bwe tuggulawo emitima gyaffe era ne tukkiriza Yesu Kristo, Omwoyo Omutukuvu ajja mu mitima gyaffe. Bwe tutyo tufuuka yeekaalu ya Katonda kubanga Omwoyo Omutukuvu ali mu mutima gwaffe (1 Abakkolinso 3:16).

Olwo, tuyinza tutya okuzimba yeekaalu ya Katonda? Mu ntandikwa, ekiseera nga tetunnafuna Omwoyo Omutukuvu, twali ekizimbe okwazimbibwanga setaani. Nga tetuli yeekaalu ya Katonda. Abamu bayinza okwewuunya lwaki njogedde bwe ntyo, naye katusirikiriremu tulowooze ekika ky'abantu kye twali nga tetunnafuna Mwoyo Omutukuvu.

Ebirowoozo byaffe nga bisiikuulwa Setaani era nga tukola ebyo ebya setaani. Nga twagala nnyo okulaba n'okuwulira ebintu bingi ebitali biyonjo, nga tugenda mu bifo ebitali biyonjo, era nga tunyumirwa nnyo okukola ebintu ebitali biyonjo. Nga twagala nnyo okukola ebyo ebikontana n'amazima, n'olwekyo, twali ekizimbe okwazimbirwanga setaani.

Kati nga Katonda bwatugamba okubeera abatukuvu, nga tuyambibwako Omwoyo Omutukuvu, twatandika olutalo ku kibi. Omutima gwaffe gukyuka na mazima. Tutandika okulowooza mu mazima, era ebyo bye twagala ne bye tuteekateeka ne biba nga biva mu mazima. Mu ngeri eno, tuzikiriza ekizimbe kya setaani ne tuzimba yeekaalu ya Katonda.

Eky'okulabirako, twakyawanga, nga tukola olugambo, nga tukwatirwa abalala obuggya. Naye kati, tugezaako okwogera Ebigambo eby'amazima, ne tutendereza n'okusaba Katonda, era ne tuwa n'abalala ekitiibwa. Twagendanga mu bifo ebitaliimu Katonda, naye kati tugenda mu kanisa. Amaka gaffe gafuuka ebifo eby'okusizaamu ekimu ne baganda baffe mu kukkiriza. Tutandika okutunuulira ebintu ebirungi era ebyo ebirimu amazima. Tetwagala kuwulira ng'ambo oba ebigambo ebiwaayiriza abalala olw'obuggya, wabula twagala ebyo eby'amazima byokka. Twagala kubeera n'okwogera mu maaso ga Katonda mu mazima.

Bwe tukyuka mu ngeri eno, omubiri gwaffe gwe nnyini gufuuka ennyumba ey'amazima, kwe kugamba okufuuka yeekaalu ya Katonda. Ekitundu eky'amazima bwe kibeera kyenkanankana n'ekyo ekitaliimu mazima, awo kitegeeza, nti ekitundu kifugibwa setaani. Kitegeeza yeekaalu tukyagizimbyeko 'kitundu'. Tuzimba yeekaalu ya Katonda mu ffe okutuuka nga tulwana n'okweggyako ekibi okutuuka ku ssa ery'okuyiwa omusaayi era ne twambala amazima.

Bwe tweggyako ebintu byonna ebikontana n'amazima era ne tutambulira mu Kigambo kya Katonda, tusobola okuyitibwa 'abantu ab'omwoyo'. Kitegeeza nti tuzimbye yeekaalu ya Katonda mu mitima gyaffe n'eggwa. Abantu bano batambula ne Katonda era ne bawuliziganya Naye. Basobola okufuna ekintu kyonna kye basaba, era balung'amizibwa mu ng'eri gye bayinza okubeera obulungi. Kubanga bafuuse yeekaalu ya Katonda entukuvu, ebigezo byonna n'okusoomozebwa bivaawo, era babeera batambulira mu bukuumi bwa Katonda.

Ekyaayi eky'okusatu eky'omuguwa ye kanisa yonna awamu. Omusumba asomesa Ekigambo kya Katonda mu buli kanisa. Ekisibo kijja kutwala ekyo ekibaweereddwa ng'emmere era bakule mu mwoyo. Abamu bafuuka empagi mu yeekaalu ya Katonda, ate abalala ne bafuuka bulooka, abalala ne bakola nga langi, nga buli omu aliko omulimu gw'okola ku kizimbe.

Bwe babeera nga bakola kimu kyokka kya kujja buzzi mu kanisa, olwo nno, babeera nga omusenyu ne seminti. N'olwekyo, mu maaso ga Katonda buli omu wa mugaso kubanga buli omu aliko ekitundu kyakola ku yeekaalu ya Katonda, ne bwe babeera nga tebalina kifo kyonna mu kanisa.

Oba ebifo bitwalibwa ng'ebya "waggulu" oba "ebya wansi," oba balina ekifo kyonna oba nedda, yeekaalu ya Katonda esobola okuzimbibwa buli omu ku bantu bwakola kyalina okukola. Abo abalinga empagi eziwanirira balina okutuukiriza obuvunaanyizibwa bwabwe ng'empagi z'ekizimbe kubanga ekizimbe kijja kugwa awatali mpagi.

Okwongereza ku mpagi ezo, waliwo bulooka ne sementi, ne langi ku bisenge. Byonna bya mugaso. Langi bwevaako ne bwe w'aba watono, walabika bubi. Yeekaalu ya Katonda esobola okuzimbibwa obulungi buli omu bwakola kyalina okukola obulungi. Bye byayi ebisatu ebikola omuguwa mu lunyiriri luno.

Olunyiriri 10 lugamba, "Ng'ekisa kya Katonda bwe kiri kye nnaweebwa, ng'omukoza w'abazimbi ow'amagezi n'asima omusingi."

Wano, omusingi kitegeeza Yesu Kristo. Okubeera omuzimbi ow'amagezi, omuntu afuna amagezi okuva eri Katonda, si mu nsi muno oba okuyita mu kusoma kwonna.

Amagezi gano agaweebwa okuva eri Katonda ge galiwa? Kwe kusanyuka bulijjo, okusabanga obutakoowa, n'okwebazanga mu mbeera zonna. Era ge magezi era okwagala kwa Katonda okutambulira mu Kigambo kya Katonda, okusuula eri buli kika kya bubi, okusobola okufuuka abatukuziddwa.

Ng'abakooza b'abazimbi ab'amagezi, tulina okuzimba ku musingi gwaffe n'Ekigambo eky'amazima ga Yesu Kristo. Kwe kugamba, tulina okukuuna Ekigambo kya Katonda okusobola okufuuka abantu ab'omwoyo.

Okuzimba ekizimbe twetaaga ebizimba n'ebikola mu kuzimba nga seminti, bulooka, n'embaawo. Naye, twetaaga ki okuzimba yeekaalu ya Katonda?

Tulina okuba naffe 'ffe nnyini.' Kwe kugamba, tulina okubeera n'omutima gwaffe, ebirowoozo byaffe, ne mmeeme zaffe. Olwo nno, buli kimu tukijjuze Ekigambo eky'amazima. Era, tusobola okuzimba yeekaalu yaffe na Mwoyo gwa Katonda gwokka bwakola omulimu Gwe ng'akola ng'ekikozesebwa mu kuzimba.

Bikozesebwa ki ebyetaagibwa okuzimba yeekaalu? Bwe

tuyimba ennyimba ezitendereza, tujjuzibwa okukkiriza, ekisa, n'okwagala kwa Katonda. Okuyita mu kusaba, tusobola okufuna okuyambibwa kw'Omwoyo Omutukuvu okusobola okuwangula ensi n'okwegyako ebyo ebikontana n'amazima. Okukuuma Ekigambo kya Katonda, okutendereza Katonda, n'okusaba bye bifuuka ebikozesebwa mu kuzimba yeekaalu ya Katonda.

Olunyiriri 10 lweyongerayo okugamba nti, "n'omulala n'azimbako. Naye buli muntu yeekuumenga bw'azimbako."

Katugambe omusumba w'ekkanisa, ng'omukoza w'abazimbi omukulu Pawulo, asomesa Ekigambo kya Katonda ku musingi gwa Yesu Kristo. Basumba banne ne bakozi banne, saako abakozi n'abo bajja kufuuka abagezi mu kulung'amya ekisibo eri amazima. Mu ngeri eno, bajja kubeera ne yeekaalu, ekung'aniro lya Katonda mu makulu g'omuguwa ogw'ebyayi ebisatu.

Naye kati katutunuulire embeera endala. Katugambe omusumba asomesa bulungi n'Ekigambo kya Katonda, naye abakozi abalala mu kanisa bakozesa ebirowoozo byabwe okuliisi ekisibo. Olwo nno kibeera ng'okuzimba ennyumba n'omusenyu. Omusingi ne bwe gubeera mugumu, bwe tuzimba omwaliriro ogusooka n'omusenyu ne twongerako omwaliriro omulala waggulu ku gusooka, kijja kugwa.

Omuntu azimba ku musingi naye mukulu. N'olwekyo, abakozi mu kanisa wamu n'omusumba balina okufuna Ekigambo obulungi n'okuzimba ennyumba, ekitali ekyo ejja kubeera ng'ennyumba ezimbiddwa ku musenyu.

Tetulina kuzimba yeekaalu, ekung'aniro lya Katonda, n'ebirowoozo by'abantu. Tulina okuwulira obulungi eddoboozi ly'Omwoyo Omutukuvu okusobola okuzimba yeekaalu etuukiridde.

Kubanga tewali muntu ayinza kusima musingi mulala wabula ogwo ogwasimibwa, ye Yesu Kristo. (3:11)

Oluvannyuma lw'okuteekawo omusingi ku Yesu Kristo nga lwe lwazi, tetulina kwongerako musingi mulala ku gwo. Yensonga lwaki olunyiriri 10 lutugamba okubeera abeegendereza. Kwe kugamba, tetulina kugattako magezi g'abantu gonna oba ebintu ebirala byonna eby'esigama ku njigiriza z'abantu. Tusobola okuzimba yeekaalu ya Katonda ewedde obulungi singa tuzimba ku Yesu Kristo, nga lwe Lwazi olw'amazima.

Omulimu Ogwa buli Muntu

Naye omuntu yenna bw'azimbanga ku musingi ogwo zaabu, ffeeza, amayinja ag'omuwendo omungi, emiti, essubi, ebisasiro, (3:12)

Omusingi, nga bwe kinyonnyoddwa waggulu, kitegeeza Mukama. Abantu bazimba ennyumba ku musingi gwa Yesu Kristo. Abamu bazimba na zaabu, abalala na feeza, abalala bajja kuzimbisa amayinja ag'omuwendo, emiti, essubi, oba ebisasiro. Zaabu ne bwagattibwamu ebintu ebirala takyukakyuka. Abeera atangalijja era takyukakyuka. Asobola okukozesebwa mu ngeri nnyingi, era asobola okuvaamu endabika ez'enjawulo. Abamu bayinza okulowooza amayinja ag'omuwendo gasinga zaabu omuwendo. Naye amayinja ag'omuwendo tegasobola kukozesebwa mu ngeri ez'enjawulo nga zaabu. Ejjinja nawandagala, safiro ne alimasi, n'amayinja amalala ag'omuwendo gayinza okuba galabika bulungi era nga gamasamasa, naye gafuuka agatagasa bwe gamenyeka. Feeza wa wansi mu muwendo era si mulungi nga zaabu. Katonda atwala zaabu okuba nga yasinga omuwendo, n'azzaako feeza, ne kulyoka kuddako amayinja ag'omuwendo, okusinziira ku muwendo gwabyo.

Okubikkulirwa 4:2-3 wagamba, "Amangu ago nnali mu Mwoyo; era laba, entebe ey'obwakabaka yali ng'eteekeddwawo mu ggulu, era nga waliwo eyali atudde ku ntebe, naye eyali atudde yali afaanana ng'ejjinja erya Yasepi n'erya sadio okulabika." Ageraageranya endabika ya Katonda ng'ejinja erya Yasepi ne sadio. Yageraageranya bwati okusobola okulaga obulungi bwa Katonda. Naye ngu mu kyawandiikibwa awo waggulu ekyo ekisingayo omuwendo ye zaabu, ne kuddako feeza, ne kuddirira amayinja ag'omuwendo. Oluvanyuma lwa zzabu feeza n'amayinja ag'omuwendo ne kulyoka kudda emiti, essubi n'ebisasiro n'ebisembayo. Pawulo yagerageranya okukkiriza kwaffe ne zaabu, feeza, amayinja ag'omuwendo, emiti, essubi, n'okusembyayo kasasiro.

... omulimu ogwa buli muntu gulirabisibwa, kubanga olunaku luli luligwolesa, kubanga gulibikkulirwa mu muliro, n'omuliro gwennyini gulikema omulimu ogwa buli muntu. (3:13)

Ebigambo 'omulimu ogwa buli muntu' bitegeeza ki?

Wano, 'omulimu ogwa buli muntu' kitegeeza ekyo buli omu ku ffe kyakola n'omutima gwe gwonna, ebirowoozo, n'amaanyi okuwaayo eri Katonda. Okukkiriza kwaffe kusobola okwawulwamu ebika bya mirundi mukaaga egy'enjawulo okusinziira ku kika ky'omutima, ebirowoozo, ne mmeeme bye tuwaddeyo eri Katonda ne kyenkana ki kye tutambulira mu

Kigambo kya Katonda. Abamu balina okukkiriza okulinga okwa zaabu. Abalala okukkiriza okwa feeza, nga kuli wansiko ku kwa zaabu. Era eriyo abalala abalina okukkiriza okw'amayinja ag'omuwendo, emiti, essubi, ne kasasiro. Obuziba n'obungi bw'okukkiriza bugenda bwawukana okuviira ddala ku kukkiriza okwa zaabu okutuuka ku kwa kasasiro. Okuyita mu kika ky'okukiriza okulinga okw'essubi, tubeera n'okukkiriza okutufunyisa obulokozi. Naye bwe tubeera n'okukkiriza okwa kasasiro, tetusobola kufuna bulokozi.

'Olunaku luli' Kitegeeza Ki?

Omulimu ogwa buli muntu gulirabisibwa, kubanga olunaku luli luligwolesa, kubanga gulibikkulirwa mu muliro, n'omuliro gwennyini gulikema omulimu ogwa buli muntu Omulimu gwaffe gulirabisibwa ku 'lunaku luli' okusinziira ku kye tukoze. Olwo, lunaku ki olwo 'olunaku' olwogerwako?

Okusooka, lwe lunaku olw'okwekennenya kyenkana ki kye tukoze okutuukiriza obuvunaanyizibwa bwaffe.

Lwe lunaku olusembayo mu buli mwaka. Bwe tubeera n'obuvunaanyizibwa obw'okutuukiriza mu kanisa, nga abamu babaze ebibala bingi ku nkomerero y'omwaka so nga abalala tebabaze bingi.

Ku nkomerero y'omwaka, tusobola okulaba obulungi twasaba kyenkana ki n'okusiiba, obudde bwaffe twawaayo bwenkana ki n'ensimbi zaffe, na bameka betwalaga okwagala kulw'obwakabaka n'obutuukirivu bwa Katonda. Emirimu gyaffe nga girabisibwa, tujja kuweebwa empeera mu bwakabaka obw'omu Ggulu.

Katugambe omusumba asabye nnyo era n'alabirira ba memba b'ekkanisa mu ngeri ey'omwoyo. Naye nga kunkomerero y'omwaka, tewali mirimu girabisiddwa giri awo. Yagezaako nnyo, naye ng'amazima gali nti, yasigala nga bwe yali omwaka guli. Na bwe kityo, tafuna kusiimibwa oba empeera yonna okuva ewa Katonda.

Memba owa bulijjo ayinza okulowooza, "Engeri musumba gyakola emirimu gya Mukama olunaku lwonna, akung'anya empeera nnene mu ggulu, naye ffe ndowooza tulinayo empeera ntono ddala mu ggulu." Naye ekyo si kituufu. Abasumba bwe batabaako mulimu gwonna gwe balaga ogwo ogusiimibwa Katonda, tebajja kufuna mpeera yonna. Buvunaanyizibwa bwabwe okulokola emyoyo n'okugirabirira, n'olwekyo, balina okulaga emirimu gye bakoze nga giriko obukakafu obwenkukunala.

Wabula wadde guli gutyo, wadde bayizi mu kusoma kwabwe oba bwe babeera ba nnabizinensi mu bizinesni zaabwe, abo ba memba aba bulijjo abalina okukkiriza basobola okukola naye nga kyonna kye bakola bakikola ku lw'okuweesa Katonda ekitiibwa. Ne bwe boongera ku kumanya kwabwe oba okufuna obugaga n'etutumu, byonna babikola ku lw'okuweesa Katonda ekitiibwa. Bakola nnyo mu bisinensi zaabwe ne ku mirimu gye bakolera, era ne bakozesa sente zaabwe okukola n'okuwagira emirimu gy'obu minsani n'emirimu egy'okuyamba abantu ku lw'obwakabaka bwa Katonda.

N'olwekyo, Katonda atunula ne mu mirimu gy'aba memba aba bulijjo abalina emirimu egy'ensi mu nsi. Bwe batuukiriza obuvunaanyizibwa bwabwe mu bwesigwa wadde ba memba ba bulijjo kyokka ne baweesa Katonda ekitiibwa mu bulamu bwabwe, kitegeeza nti emirimu gyabwe girabisibwa bulungi mu maaso ga Katonda, n'olwekyo basobola okufuna empeera. Katonda atunula mu mirimu gya buli muntu era n'apimapima mu bwenkanya Bwe. N'asiima emirimu gy'abo abakola emirimu egya zaabu, egya feeza, n'egy'emiti.

Eky'okubiri, 'olunaku luli' kitegeeza ekiseera eky'okuyita mu kusoomozebwa okunene okulinga omuliro.

Bwe tusisinkana ebigezo n'okusoomozebwa, tulaga okukkiriza kwaffe mu maaso ga Katonda. Abamu balaga okukkiriza okwa zaabu, abalala okukkiriza okwa feeza, abalala okukkiriza okw'amayinja ag'omuwendo oba okw'emiti, essubi, ne kasasiro.

Omuntu alina okukkiriza okwa zaabu bw'asisinkana ekizibu eky'amaanyi abeera atya? Tatya wadde okugwa ne bw'aba ayita mu mbeera ey'amayengo ag'amaanyi. Zaabu ne bw'amenyebwaamu ebitundu eby'enjawulo, tusobola okumubumba n'addawo mu nkula ye eyasooka. Abo abalina okukkiriza okw'ekika kino bajja kuddamu okuyimirira wakati mu bizibu, wadde bayinza okulabika nga abali mu kugwa mu kaseera ako. Tebeemulugunya ku Katonda embeera ne bw'eba etya, wabula bagisanyukiramu busanyukizi era ne bamwebaza.

Bantu ki mu Bayibuli abaalina okukkiriza okwa zaabu?
Peetero, omuyigirizwa wa Yesu, yeekuuma nga mutuukirivu mu maaso ga Katonda. Ne bwe baali bamukomerera nga bamuwunzise, yasigala abuulira enjiri ya Yesu Kristo. Kale lumu yeegaana Mukama emirundi essatu, naye awo yali tannafuna Omwoyo Omutukuvu. Naye okuva lwe yafuna Omwoyo

Omutukuvu, yali mwesigwa okutuuka ku ssa ery'okufa.

Katunuulire ne Malyamu omubeererevu eyazaala Yesu ku bw'Omwoyo Omutuku. Lukka 1:31-33 wagamba, "Era, laba, oliba olubuto, olizaala omwana ow'obulenzi olimutuuma erinnya Yesu. Oyo aliba mukulu, aliyitibwa Mwana w'Oyo Ali waggulu ennyo. Era Mukama Katonda alimuwa entebe ya Dawudi jjajaawe. Era anaafuganga ennyumba ya Yakobo emirembe n'emirimbe, so obwakabaka Bwe tebuliggwaawo."
Bino malayika omukulu Gabulyeri bye yagamba Malyamu ku kuzaalibwa kwa Yesu. Eri ebigambo bino Malyamu yaddamu nti, "Laba, nze ndi muzaana wa Mukama; kibe ku nze nga bw'ogambye" (olu. 38).
Okusinziira ku Mateeka, omuntu yalina okukubibwanga amayinja okutuuka lw'afa, kasita ategerebwa nti yali mu bwenzi. Malyamu engeri gye yafunamu olubuto abantu baali tebasola kubikkirizza wabula bandigambye nti yayenda. Naye Malyamu teyatya wabula yagonda bugonzi. Yalina okukkiriza okwa zaabu.

Omutume Pawulo naye yalina omutima ogutakyukakyuka. Okuva naye lwe yasisinkana Mukama, yabuulira enjiri eri Abamawanga okutuuka ku kufa kwe.
Ebikolwa 16:25 wagamba, "Naye ekiro mu ttumbi Pawulo ne Siira ne basaba ne bayimbira Katonda, abasibe ne babawulira." Yakwatibwa n'asibibwa mu kkomera olw'okubuulira enjiri, kyokka teyeemulugunya ku Katonda. Yamusinzanga businza era n'asabanga.
Yasanyukanga n'okwebaza wakati ne mu mbeera enzibu. Olw'okuba yalina okukkiriza okwa zaabu, yasobola okuweereza Mukama nga tafaayo oba ayinza okufiirwa obulamu.

Abo abalina okukkiriza okwa feeza balina okukkiriza okuli wansiko kw'okwo okw'abo abalina okukkiriza okwa zaabu, naye nga nabo balina okukkiriza okw'amaanyi.

Olwo, ate abo abalina okukkiriza okw'amayinja ag'omuwendo? Abantu bwe bajjuzibwa ekisa kya Katonda oba bwe bawonyezebwa endwadde olw'amaanyi ga Katonda, basobola okusalawo era ne baatula nti bajja kwewaayo eri Katonda era banyiikire okubuulira enjiri. Abantu bayinza n'okugamba nti bagala okubeerawo ku lwa Katonda yekka okusaba kwabwe bwe kuddibwamu.

Abantu abalina okukkiriza okw'amayinja ag'omuwendo bwe bakola nga bwe baayatula, balabika ng'abalina okukkiriza okulinga okwa zaabu. Naye nga ddala tebakulina. Bwe basisinkana okusoomoozebwa, emitima gyabwe n'endowooza bikyuka. Babeera ng'abalina okukkiriza bwe bajjuzibwa Omwoyo Omutukuvu, naye obujjuvu obwo bwe bugenda, okukkiriza kwabwe kumenyeka era emitima gyabwe ne gikyuka. Kuno kwe kukkiriza okulinga okw'amayinja ag'omuwendo agalabika ng'amalungi ennyo okumala akaseera, naye nga gasobola okumenyeka. Olwo ate okukkiriza okw'emiti, essubi, oba kasasiro? Okukkiriza okw'ekika ekyo tekulina makulu kubanga kwonna okwo okw'emirundi essatu kujja kumalibwawo ebigezo ebiringa omuliro ebijja olw'okututereeza.

Eky'okusatu, ku kujja kwa Mukama okw'omulundi ogw'okubiri abakkiriza bajja kutwalibwa mu bbanga era oluvannyuma lw'ekyo olunaku lw'enkomerero olw'okusalirako omusango lutuuke, nga ku lunaku olwo abakkiriza lwe balifuna empeera zaabwe ez'amazima okuva eri Katonda. Ku lunaku luno olw'enkomerero olw'okusalirako omusango gwa Katonda mwe muli amakulu ag'okusatu ag'ebigambo 'olunaku luli.'

Ku Lunaku luno olw'okusalirako Omusango, Katonda ajja kupima mu bwenkanya omuntu yeetukuza kyenkana ki, n'okukkiriza kwe nga bwe kwali ng'akyali ku nsi, era atuwe empeera okusinziira ku kinaava mu kusala omusango.

Omulimu ogwa buli muntu gwe yazimbako bwe gulibeerawo, aliweebwa empeera. (3:14)

Okukkiriza okwa zaabu, feeza, n'amayinja ag'omuwendo kujja kubeera n'ekyo ekisigalawo nga kumaze okuyita mu muliro ogw'okuterezebwa. Emigaso n'obugumu bwabyo bya njawulo, naye zaabu, feeza, n'amayinja ag'omwendo tebimalibwawo muliro. Ekyo ekisinga okugumira omuliro era ekitakyukakyuka ku bisatu ye zaabu, ne kuddako feeza olwo ne kulyoka kuddirira amayinja ag'omuwendo.

Kyokka ekitali ku zaabu, feeza, amayinja ag'omuwendo, emiti, essubi, ne kasasiro bijja kukosebwa bwe binaayita mu muliro mu kugezesebwa okw'amaanyi. Abo abaliko kye banaasigazaawo nga zaabu, feeza, n'amayinja ag'omuwendo bajja kufuna empeera. Okukkiriza okutali ng'okwebyo ebisatu tekujja kufuna mpeera yonna.

Bwe batuukiriza obuvunaanyizibwa bwabwe ku nsi kuno, bajja kufuna empeera eziraga nti omulimu gwabwe gusiimiddwa. Ne bwe batafuna kintu kyonna ku nsi, basiimibwa Katonda n'ab'oluganda mu kukkiriza. Era, bajja kufuna empeera eziterekeddwa mu ggulu.

Bwe tulaga okukkiriza okwa zaabu, feeza, oba amayinja ag'omuwendo mu kugezesebwa n'okusoomozebwa, kitegeeza tuyise ebigezo, era Katonda tajja kukoma kutuwa mukisa wabula ajja kutuwa n'empeera ku lunaku lw'enkomerero olw'Omusango. Tujja kufuna empeera okusinziira kw'ekyo ekisigalawo ku mirimu gyaffe oluvanyuma lw'okugezesebwa.

Omulimu ogwa buli muntu bwe gulyokebwa, alifiirwa, naye ye yennyini alirokoka, naye bw'ati kuyita mu muliro. (3:15)
Abo abalina okukkiriza okulinga emiti, essubi, ne kasasiro bayinza obutasigazaawo kantu oluvannyuma lw'okuyisibwa mu muliro. Eky'okulabirako, oyinza okuba wakola nnyo ng'omuntu akulira enkung'ana z'omumaka ag'enjawulo, naye n'otaba na kibala kyonna era ne wataba kudda buggya kwonna mu bantu abo. Kiraga nti embala y'okukkiriza kwo yali teyokya bulungi; kwe kugamba, yali ya kibogwe.

Mu Kubikkulirwa 3:15-16 Mukama yanenya ekkanisa ye Lawodikiya olw'okuba baalina okukkiriza okw'ekibuguumirize. Mukama Waffe ayagala okukkiriza kwaffe kubeere nga kweyongera kwokya buli lukya okubala ebibala ebisingawo obungi.

Bayibuli etugamba ki kw'abo abalina okukkiriza okw'ekibuguumirize era nga tebatuukiriza buvunaanyizibwa bwabwe? Okuva mu Matayo 25:15-30 tusoma ku lugero olw'ettalanta. Eyafuna ettalanta ettaano yaviisaamu ettalanta endala ttaano, era Mukama n'amusiima ng'agamba, "Mukama we n'amuddamu nti, weebale, oli muddu mulungi mwesigwa. Wali mwesigwa mu bitono, ndikusigira ebingi, yingira mu ssanyu lya mukama wo" (olu. 21).

Naye oyo eyafuna talanta emu yatereka ntereke era teyagiviisaamu kintu kyonna. Mukama we n'amugamba, "Oli muddu mubi mugayaavu" era n'amuggyako n'eyo emu gye yali yamuteresa n'agiwa oyo eyalina ttalanta ekkumi. Olwo nalyoka amugoba okuva mu maaso ge. Nga bwe kigamba nti, "Omulimu ogwa buli muntu bwe gulyokebwa, alifiirwa," omuntu ono yafiirwa.

Bwe tutalwana nnyo okubaako kye tutereka ku lwa Katonda, kujja kubeera kufiirwa ku lw'obwakabaka bwa Katonda.

Omukulembeze wa sseero bwatatuukiriza buvunaanyizibwa bwe, abo abakung'anira mu ssero bajja kufiirwa; emyoyo gyabwe tegijja kweyongerako; era tebajja kusobola kwewala bigezo.

Mu ngeri y'emu, omusumba bwatakola mulimu gwe, olwo nno, abantu bonna abakung'anira wansi we bajja kufiirwa; okukkiriza kwabwe kujja kunafuwa; era abamu bajja kwesittala mu kukkiriza kwabwe oba basisinkane ebigezo n'okusoomoozebwa kungi.

Kino bwe kibaawo, Katonda abeera takyalina kiri awo kya kukola wabula okubanenya. Bayinza okulokolebwa naye nga kuba nga kuyita mu muliro. Kitegeeza nti bayinza okulokolebwa kubanga tebaava ku kukkiriza era baakolera Katonda, naye kubeera kuyita ku lugwanyu. Basobola kufuna okwo okulokolebwa okw'obuswavu okutalina mpeera yonna.

Okuzikiriza Yeekaalu ya Katonda

Temumanyi nga muli yeekaalu ya Katonda era nga Omwoyo gwa Katonda abeera mu mwwe? (3:16)

'Muli' wano tekitegeeza abo abakkiriza bokka abaali mu kkanisa ye kkolinso, wabula abaana ba Katonda bonna. Oli yeekaalu ya Katonda? Wafuna Omwoyo Omutukuvu? Yeekaalu ya Katonda gwe mubiri gwa Mukama. Omwoyo Omutukuvu atuula mu mitima gyabo abakkiriza Yesu Kristo ng'Omulokozi waabwe. Omwoyo Omutukuvu atulumiriza okuba nga tutambulira mu mazima era n'atulung'amya okutambula nga tudda eri obwakabaka obw'omu Ggulu. Tuyitibwa yeekaalu ya Katonda kubanga Omwoyo Omutukuvu abeera mu ffe.

Olwo, lwaki Pawulo abanenya ng'agamba nti, "Temumanyi nga muli yeekaalu ya Katonda era nga Omwoyo gwa Katonda abeera mu mwwe?"

Omutume Pawulo yasomesa ba memba b'ekkanisa y'e

Kkolinso obutafuuka bantu ba mubiri wabula bafuuke abantu ab'omwoyo. Abantu ab'omwoyo b'ebo abategeera Ekigambo eky'amazima, ne bakyekuuma, era ne bakitambuliramu. B'ebo abasaba, abasinza, era ne batambulira mu mazima okusinziira ku Kigambo kya Katonda.

Tusobola okubeera n'okukkiriza okulinga okwa zaabu bwe tweggyako buli kika kya bubi ne tukola obulungi, nga tetulimba mu kugoberera Ekigambo. Tulina okubeera n'okukkiriza waakiri ng'okwa feeza oba amayinja ag'omuwendo. Naye ba memba mu kkanisa y'ekkolinso tebaalina kukkiriza nga kuno, era eyo yensonga lwaki Pawulo yabanenya.

Omuntu yenna bw'azikirizanga yeekaalu ya Katonda, Katonda alimuzikiriza oyo, kubanga yeekaalu ya Katonda ntukuvu, ye mmwe. (3:17)

Pawulo agamba, "Omuntu yenna bwazikiriza yeekaalu ya Katonda, Katonda naye alimuzikiriza." Olunyiriri luno lutuukira ku bakkiriza bonna. Abatakkiriza tebalina webakwataganira na Katonda kubanga baana ba setaani. Tetulina kuboogerako kubanga eby'obulokozi tebirina webibakwatirako.

Olwaleero, abantu bangi tebasomesa bulungi Kigambo kya Katonda kino ekirambulukufu obulungi. Abamu bagamba, "Tujja kufuna obulokozi kasita tufuna Omwoyo Omutukuvu. Bwe tulokoka tuba balokole olubeerera. Kale, ne bwe twonoona, era tujja kulokolebwa. Kiri bwe kityo lwakuba, Katonda ajja kubaako bw'atulung'amya, waakiri okutubonereza, tusobole okufuna obulokozi." Naye kino kikyamu. Wadde twafuna Omwoyo Omutukuvu, bwe tukola ebibi mu bugenderevu, Omwoyo Omutukuvu ajja kuzikira, era ng'ekyo bwe kibaawo omwoyo gwaffe tegusobola kulokolebwa (Abaebbulaniya 10:26; Abasessaloniika 5:19).

Okuzikiriza yeekaalu ya Katonda kitegeeza ki? Yeekaalu kye kifo Katonda watuuzibwa ku ntebe, na bwe kityo, kitegeeza okwonoona omutima gwaffe so nga omwo Omwoyo Omutukuvu mwatuula.

Olwo, omutima gwaffe guli ludda wa? Tulina omubiri ogw'omwoyo munda mu ffe ogutufaananira ddala, "n'omutima" gwaffe gwe mubiri ogw'omwoyo. Mu mutima tulinamu obusobozi bw'okwawula ebirungi ku bibi. Era nga obusobozi obwo omuntu kwajja azimba okumala ekiseera. Era kye tuzimbye mu ffe, kye tusinziirako okugamba kino kituufu ate kiri kikyamu.

Omwana eyakazaalibwa abeera talina busobozi obwo. Ani ayinza okugamba omwana omuwere eyakaabye ekiro kyonna nti, "Ye obadde ki, gwe tomanyi nti ky'okola kibi"? Abaana basimba ebyo bye balaba, bye bawulira, bye bayiga, ne bye bazuula mu mitima gyabwe bwe bagenda bakula. Ebintu ng'ebyo bye bibawa obusobozi bw'okwawulawo wakati w'ekibi n'ekirungi. Era nga kino kisinziira ku kye bakuze balaba n'okuwulira kwe basinziira okusalawo ekirungi n'ekibi.

Bwe bayiga nti okuddiza omuntu ng'akukubye kye kirungi,

naye abeera akiraba nti kirungi okuddiza omuntu singa amukubye. Naye obusobozi buno obusimbibwa mu muntu ebiseera ebisinga bubeera bukyamu okusinziira ku Kigambo kya Katonda.

N'olwekyo, buli kyonna kye tuzze tuteeka mu mutima gwaffe nga kikontana n'amazima tulina okukyeggyako. Olwo nno tulina okusimba Ekigambo kya Katonda mu ffe mu kifo ky'agatali mazima. Tulina okweggyako agatali mazima ng'obulimba, obukyayi, okukolokota abalala n'okusala emisango olwo tulyoke tugoberera amazima.

Bwe tweggyako agatali mazima ne tugoberera amazima, omutima gwaffe nga ye yeekaalu ya Katonda, tujja kubeera tugiyonjezza. Bwe tutakola ekyo, awo obubi bubeera butusigalamu, Era Katonda agamba nti tujja kuzikirira kubanga tetuli bayonjo.

Naye tetulina kulowooza nti tujja kuzikirira olw'okuba tukyalina obubi mu ffe bwe tutannasobola kweggyako. Tuyinza okubeera nga tukyalina ebibi ebikyali mu mutima gwaffe, naye bwe tutalekera awo okugezaako okubyeggyako, Katonda asanyukira okufuba kwaffe.

Eky'okulabirako, katugambe eriyo omuntu omukamwe ennyo. Naye ng'awuliriza Ekigambo eky'amazima, n'ategeera nga mwonoonyi, n'akendeeza okuyita mu kusaba emirundi gyasunguwala. Katonda tajja kugamba nti mwonoonyi. Katonda akkiriza nti omuntu ono ajja kugenda akyuka era olunaku lumu ajja kufuuka atasunguwala n'akamu.

Naye omuntu bwatagezaako kweggyako busungu kyokka ng'akimanyi nti kibi, Katonda ajja kuggyawo obwenyi bwe ku muntu ono. Kubanga kino kibeera kikakasa nti talina kukkiriza. Omuntu bwaba nga ddala akkiriza, ddala ajja kulwanyisa ekibi okugezaako okukyeggyako.

Kye kimu n'obukyayi, obuggya, ensaalwa, obulimba, n'okukolokota abalala. Bwe tutegeera ebintu ebitali bituufu mu maaso ga Katonda era ne tugezaako okubyeggyako nga tunyiikira okubisabira, omutima gwaffe, nga ye yeekaalu y'Omwoyo Omutukuvu, ejja kufuuka entukuvu era ejja kumasamasa n'amazima.

Amagezi Ag'ensi Busirusiru

Omuntu yenna teyeerimbanga. Omuntu yenna bwe yeerowoozanga okuba omugezi mu mmwe mu mirembe gino, afuukenga musirusiru, alyoke afuuke omugezi. (3:18)

Katonda atuwa amagezi tuleme okwerimba. Okwerimba kwe kulimba emitima gyaffe, era kwe kugezaako okulimba Omwoyo Omutukuvu ali mu ffe, era nga kwe kuba ng'abalimba Katonda.

Kitegeeza ki "Okwerimba"? Okwerimba kwe kumanya Ekigamba kya Katonda, naye omuntu n'atakitambuliramu. Abantu abeerimba ddala babeera bagezaako okulimba Katonda. Tebafuna ssanyu mu kutambuliza obulamu bwabwe mu kukkiriza. Tebasobola kukitegeera nti Ekigambo kya Katonda kiwoomu nga mubisi gwa njuki. Bamala gajja mu kanisa nga tebeekakasa oba lumu balisobola okutambulira mu mazima.

Naye Bayibuli etugamba nti Mukama akomawo mangu, era

tetumanyi ddi Katonda lwanaatwala emyoyo gyaffe. Tetulina kubeera awo nga tusuubira busuubizi nti olumu ndikyuka. Tulina okusalawo okutandika okutambulira mu Kigambo okuviira ddala lwe tukiwulidde.

Olunyiriri lweyongerayo okugamba nti, "Omuntu yenna bwe yeerowoozanga okuba omugezi mu mmwe mu mirembe gino, afuukenga musirusiru, alyoke afuuke omugezi."

Omuntu yenna alowooza nti mugezi okusinziira ku magezi ag'ensi abeera yeegulumiza mu maaso ga Katonda. Abantu ng'abo tebajja kutegeera Kigambo kya Katonda olw'okweraga, era kino kijja kubatwala eri okuzikirizibwa. Tebasobola kukkiririza mu Kigambo kya Katonda kubanga bakiteekamu amagezi gaabwe okusooka nga tebannateekamu ga Katonda. Bagezaako okutegeera Ekigambo kya Katonda nga bakozesa ebirowoozo byabwe n'amagezi gaabwe. N'olwekyo, Tulina okuteeka ebbali n'okuzikiriza amagezi ag'ekika kino ag'ensi bwe gabeera nga gakontana n'amagezi ga Katonda.

Nga bwe kyanyonnyoddwa edda, kino tekitegeeza nti tulina okwerabira amagezi ge twafuna mu nsi muno. Kitegeeza amagezi ag'ensi n'okumanya tebisobola kututwala eri ekkubo ery'obulamu. Mukama yekka, lye kkubo, ge mazima n'obulamu. Amagezi g'ensi eno bubaka bwe twetaaga okutambuza obulamu bwaffe wano ku nsi. Tegasobola kutulung'amya eri obulamu obutaggwaawo.

Olunyiriri era lutugamba "tufuukenga abasirusiru."

Kitegeeza tulina okuggulawo emitima gyaffe, tufuuka ng'abaana abato, era tutambulire mu Kigambo bwe tukifuna. Tulina okubeera n'omutima omwetoowaze, omwangu, era omutukuvu nga ogw'abaana abato. Bwe tufuuka abaana ab'omwoyo mu ngeri eno, tujja kweggyako amagezi gaffe, tufune amagezi agava waggulu, era tukwatte ekkubo ery'obulamu obutaggwaawo.

Ebintu by'ensi eno bijja kuggwaawo era ng'amagezi g'ensi eno tegasobola kututwala eri obulamu obutaggwawo. Eno yensonga lwaki olunyiriri lutugamba okweggyako amagezi ag'ensi eno agatakwatagana na Kigambo kya Katonda, tufuuke "basirusiru," era tutambulire mu Kigambo kya Katonda.

Kubanga amagezi ag'omu nsi muno bwe busirusiru eri Katonda. Kubanga kyawandiikibwa nti, 'Akwasa abagezi enkwe zaabwe, era nate nti Mukama ategeera empaka ez'abagezi nga teziriimu.' (3:19-20)

Mu Lukka 16, tulaba omusajja omugagga eyeeyagalira ku nsi kuno nga buli lunaku ategeka embaga mu ngoye ez'ebbeeyi, kyokka n'akka mu Magombe aga wansi ng'afudde, n'abonaabona n'ennimi ez'omuliro, nga tasobola wadde okufuna otuzzi okuvubiriza ku muliro. Ng'akyali ku nsi yalabika nga yalina amagezi, naye bwe yagenda mu Magombe aga Wansi, teyasobola wadde okufuna ettondo ly'amazzi. Nga bwali bulumi bw'amaanyi! Ate bwatyo bwalina okubeera olubeerera, kino nga kya busiru nnyo!

Abo abalowooza nti balina amagezi bajja kugwa mu bukalabakalaba kwabwe. Obukalabakalaba kitegeeza 'okubeera omuyaayeyaaye era ow'enkwe n'obulimba.' Era mu bukalabakalaba bwabwe, bamanyi okwogera ebigambo eby'ekisirusiru nti, "Katonda asangibwa wa?" Tebanoonya na Katonda nga bakkiririza mu magezi gaabwe, era ekivaamu ne bakwata ekkubo ery'okuzikirira.

Ekiddako kigamba nti, "Mukama ategeera empaka ez'abagezi nga teziriimu." Ne bwe tuba nga tuyize ebintu bingi ne tufuuka bannasayansi oba abasawo abakugu, ne tuvumbula ebintu bingi, oba ne tufuna obugagga obutagambika, ebyo byonna butaliimu mu maaso ga Katonda.

Omubuulizi 1:2-3 wagamba, "'Obutaliimu obusinga obutaliimu mu bwonna, bwayogera omubuulizi, obutaliimu obusinga obutaliimu bwonna! Byonna butaliimu!' Magoba ki omuntu gaggya mu mulimu gwe gwonna gw'akola wansi w'enjuba?" Era Olunyiriri 14 lugamba, "Nalaba emirimu gyonna egikolebwa wansi w'enjuba, era laba, byonna butaliimu na kugoberera mpewo."

Wadde tufunye ebintu bingi n'amaanyi gaffe saako entuuyo zaffe, Kiba tekirina mugaso kubanga Ggeyeena yeetulindiridde bwe tubeera tetumanyi Katonda. Naye bwe tubeera n'obulamu mu ffe, tujja kuddiza Katonda ekitiibwa mu bintu byonna. Tebubeera butaliimu wabula ekintu eky'omuwendo kubanga ekkubo lyaffe litutwala eri obwakabaka obw'omu Ggulu.

Omuntu yenna kyavanga alema okwenyumiriza mu bantu. Kubanga byonna byammwe, (3:21)

Katonda agamba, "Omuntu yenna kyavanga alema okwenyumiriza mu bantu." Abakkiriza tebalina kirala kyonna eky'okwenyumirizaamu wabula Kristo. Omuntu ayinza okubeera n'amagezi mangi era ayinza okuba ng'amanyiddwa nnyo, naye ebyo byonna butaliimu bw'aba talina bulamu mu ye. Yensonga lwaki Yesu yayagala abawooza ne bamalaaya mu kifo ky'aba Kabona abakulu n'abakadde abaalina amagezi.

Mu Matayo 21:31 Yesu yayogera ne kabona omukulu n'abalala. Wagamba, "Mazima mbagamba nti abawooza, n'abenzi babasooka mmwe okuyingira mu bwakabaka bwa Katonda."

Bakabona abakulu n'abakadde tebaasobola kukkiriza Kigambo kubanga baali beemanyi era nga balina amalala mu bbo nga balowooza be bannyini magezi. Tebaasobola na kutegeera Mulokozi eyali ayimiridde mu maaso gaabwe. Naye abawooza n'abenzi baategeera ebibi byabwe, ne beenenya era ne bafuna obulokozi. N'olwekyo, okwenyumiriza mu bintu tekirina makulu, era tulina kwenyumirizanga mu Mukama yekka.

Olunyiriri era lugamba, "Kubanga byonna byammwe." Ebintu byonna bya Katonda, era byaffe kubanga Ye Kitaffe. Katonda ajja kubituwa ebintu byonna bwe binaakomezzebwawo.

Amazima bwe gabeera mu muntu era omwoyo gwe ne gubeera bulungi, n'ebintu byonna mu nsi muno bibeera bibye. Kiri bwe kityo lwakuba ebintu byonna bijja kukolebwa nga bwayagala mu mutima gwe nga bwe kyogera mu Zabuli 37:4,

"Ssanyukiranga MUKAMA; Naye anaakuwanga omutima gwo bye gusaba." Katonda atutwala nga yeekaalu Ze. Kale, bwe tumufaanana nga tulina yeekaalu ennyonjo era entukuvu mu ffe, olwo nno, ebintu byonna bibeera byaffe.

oba Pawulo oba Apolo oba Keefa, oba ensi, oba obulamu, oba okufa, oba ebiriwo, oba ebigenda okubaawo, byonna byammwe, namwe muli ba Kristo, ne Kristo wa Katonda. (3:22-23)

Pawulo, Apolo, ne Keefa, amanyiddwa ennyo nga Peetero, bonna baali baweereza ba Katonda. Olw'okuba bonna baali baweereza, kyali tekigasa kubeerawo njawukana mu bakkiriza. Era, ensi yaffe kubanga ya Katonda Kitaffe. Era, okufa kuli mu ffe kubanga emibiri gyonna gifa omulundi gumu.

Ne mu mwoyo, tukwata ekkubo ery'obulamu bwe tukkiririza mu Yesu Kristo. Bwe tuva ku Katonda, okufa kujja kutuddira. Kale, oba bulamu oba kufa kisinziira ku ffe era byonna byaffe. Ebintu ebiriwo, oba ebigenda okubaawo, byonna byaffe.

Olunyiriri era lugamba nti tuli ba Kristo, ne Kristo wa Katonda. Buli kimu kyatondebwa Yesu Kristo (Abakkolosaayi 1:16). Bwe tubeera aba Yesu Kristo, era nga Yesu Kristo wa Katonda, olwo nno abakkiriza bonna babeera ba Katonda. Olw'okuba ebintu byonna bya Katonda, era bibeera byaffe!

Essuula 4

MUNGOBERERE

Ebisaanyizo Eby'abaweereza, Abawanika

Omuntu Asalirwa Atya Omusango?

Obutassukanga ku Byawandiikibwa

Mungoberere

Amaanyi n'Obusobozi Okuyita mu Bwakabaka bwa Katonda

Ebisaaanyizo Eby'abaweereza Abawanika

Omuntu atulowoozenga bw'ati, nga tuli baweereza ba Kristo era abawanika b'ebyama bya Katonda. Era wano kigwanira abawanika, omuntu okulabikanga nga mwesigwa (4:1-2).

Wano ekigambo 'omuntu' kitegeeza abakkiriza n'abatakkiriza. Olwo, Abaweereza ba Kristo be bani? Okusooka, b'ebo abafulumya evvumbe lya Kristo ng'abaweereza ba Kristo era abawanika b'ebyama bya Katonda. Era, buli oyo yenna alina obuvunaanyizibwa oba ekifo mu kanisa abeera muweereza wa Kristo. Kyokka n'abo abatalina kifo kyonna mu bukulembeze bw'ekanisa balina obuvunaanyizibwa ng'abaana ba Katonda, era n'abo balina okufulumya evvumbe lya Kristo.

Olwo abawanika b'ebyama bya Katonda be bani? 'Ekyama' wano kitegeeza ekkubo ery'omusalaba. 1 Abakkolinso 2:7 wagamba, "naye twogera amagezi ga Katonda mu kyama, gali agakisibwa, Katonda ge yalagira edda ensi nga tezinnabaawo olw'ekitiibwa kyaffe." Kiyitibwa kyama kubanga kyali kikwekeddwa ng'ebiro tebinnabaawo.

Adamu yatondebwa ng'omwoyo omulamu, naye omwoyo gwe ne gufa olw'obujeemu bwe. Okuva olwo, buli muntu yenna yalina okufa, kubanga okufa y'empeera y'ekibi. naye Katonda kwagala yateekateeka Yesu Kristo nga n'ebiro tebinnabaawo okuggulawo ekkubo ery'obulokozi.

Ekyama kino kyabikkulwa ku musalaba okuyita mu Yesu Kristo gye myaka nga 2,000 egiyise. Bayibuli erina ebyama bingi ebitutwala eri obulamu obutaggwaawo. Abo abategeera eby'ama bino be bayitibwa 'abawanika b'ebyama bya Katonda.'

Mu lunyiriri 2, 'abawanika' be bawanika b'ebyama bya Katonda. Gye beeyongera okuyiga Ekigambo kya Katonda, bazuula era ne bategeera ebiragiro bya Mukama ebitulagira okubuulira enjiri eri amawanga gonna n'eri abantu bonna. Era beenyigira N'okubaako kye bakola ng'abasomesa ba Sunday school, abayimbi, ba dinkoni, abakyala n'abasajja, wamu n'abakadde.

N'olwekyo tetulina kutuukiriza buvunaanyizibwa bwa kubuulira bwokka mu kanisa. Katonda yasuubiza nti Aliwa engule ey'obulamu abo abalibeera abeesigwa okutuuka okufa (Okubikkulirwa 2:10).

Okubeera abeesigwa kwe kuwaayo omutima gwaffe

gwonna, emmeeme n'ebirowoozo n'obulamu bwaffe okusobola okutuukiriza obuvunaanyizibwa bwaffe. Omukozi asasulwa bwakola omulimu gwe, tetuyinza kugamba nti mwesigwa. Wabula tugamba nti mwesigwa singa akola ebyo ebisinga ku byalina okukola nga olumu ateekamu ensimbi ezize n'ebiseera.

Omuntu Asalirwa Atya Omusango?

Naye ku nze kigambo kitono nnyo mmwe okunsalira omusango, oba omuntu yenna. Era nange nzekka sseesalira musango, Kubanga sseemanyiiko kigambo, naye ekyo tekimpeesa butuukirivu, naye ansalira omusango ye Mukama waffe. (4:3-4)

Omuntu yenna okukwekeneenya era n'akusalira omusango, kintu kitono oba kinene? Omuntu bwakusalira omusango, kitegeeza nti amenye Ekigambo kya Katonda, era abeera muntu mubi. Omuntu ow'amazima ajja kugondera Ekigambo kya Katonda era tajja kusala misango wadde okukolokota abalala n'okubasongamu ennwe.

Omuntu omubi ayinza okukusalira omusango wadde otambulira mu Kigambo kya Katonda, naye kino kintu kitono nnyo gyoli. Katonda tagamba nti oli mwonoonyi kubanga tewakyamye okuva mu mazima. Ne setaani talina musango gwakuvunaana. Era tolina na kya kwenenya kyonna.

Naye olwo, lwaki omutume Pawulo yagamba nti 'kigambo kitono' n'atagamba nti temuli 'kantu'?

Lukka 6:27-28 wagamba, "Naye mbagamba mmwe abawulira nti, mwagalenga abalabe bammwe, mukolenga bulungi ababakyawa, musabirenga omukisa ababakolimira, musabirenga ababagirira ekyejo." Kibeera 'kintu kitono' gyoli, kubanga teweemanyiiko musango gwonna, naye eyakusalidde omusango yakikozesezza omutima omubi. Naye era weetaaga okumusabira n'okwagala aleme okugenda eri ekkubo ery'okuzikirira. Pawulo yagamba nti kyali 'kintu kyonna,' kyokka teyagamba nti 'temwali kantu' kubanga yalina okusabira abantu ab'ekika ekyo.

Olunyiriri 4 lugamba, "Era nange nzekka sseesalira musango, Kubanga sseemanyiiko kigambo, naye ekyo tekimpeesa butuukirivu, naye ansalira omusango ye Mukama waffe." Bwe tutambulira mu Kigambo kya Katonda, olwo tetujja kubeera na kintu kyonna ekitusaliza omusango. Kitegeeza nti obulamu bwaffe bubeera bufunye akabonero k'Emyoyo Omusanvu nga gimaze okubwekenneenya.

'Emyoyo Omusanvu' gikiikirira omutima gwa Katonda ogwo ogutunuulira ebintu omusanvu mu bulamu bw'abantu. Ebintu bino mwe muli okukkiriza, okusanyuka, okusaba, okwebaza, okukuuma amateeka, obwesigwa, n'okwagala. Emyoyo omusanvu gikebera oba nga tutambulira mu Kigambo kya Katonda, era ffe okusobola okufuna okuddibwamu eri okusaba kwaffe tulina kusooka okuyita okwekenneeyezebwa kuno (Okubikkulirwa 5:6).

Bwe tuba nga tutambulira mu Kigambo kya Katonda, bwe twekenneenyezebwa Emyoyo Omusanvu, tujja kubeera tetusingisibwa musango gwonna.

Naye ate lwaki Pawulo yagamba nti, "naye ekyo tekimpeesa butuukirivu"? Abantu balina okukkirizibwa okuyita mu kukkiririza mu Yesu Kristo kyokka. Era nga kino kikolebwa lwa Kisa kya Katonda kyokka (Abaggatiya 2:16; Abaruumi 10:10). Abaruumi 3:23-24 wagamba, "Kubanga bonna baayonoona, ne batatuuka ku kitiibwa kya Katonda, naye baweebwa obutuukirivu bwa buwa lwa kisa Kye olw'okununulibwa okuli mu Kristo Yesu."

Tetusobola kusiimibwa, awatali kukkiriza. Tetuyinza na kusanyusa Katonda. Ne bwe tubeera nga tuyamba abalala era nga tuweereza n'amazima, tetusobola kufuna mpeera yonna awatali kukkiriza.

Katonda yekka yasobola okupima okukkiriza kwaffe. Abantu bapima okusinziira ku bikolwa eby'okungulu era tebasobola kupima bulungi. Eky'okulabirako, bayinza okulowooza omuntu alina okukkiriza kungi olw'okukola ennyo mu kanisa.

Naye bw'aba tasobola kuwangula bigezo n'okusoomozebwa era n'addayo mu nsi, kitegeeza nti byeyakolanga byonna tebyakolebwa na kukkiriza. Singa ddala yalina okukkiriza, teyandivudde ku Katonda wabula n'abanga abala ebibala okusinziira ku kukkiriza okwo. Abantu era bamanyi okusalira abalala emisango okusinziira kw'ebyo bye balaba era tebasobola kukola kusalawo kulungi. Katonda yekka yasala omusango obulungi ennyo ng'asinziira ku mutima. Era, abantu basala bubi emisango kubanga bakozesa amagezi ag'ensi ate nga gano gakontana n'amazima. Kino kiba nga bw'olaba okupima ekintu n'ekipima ekyamenyeka oba okukozesa minzaani eyayonooneka. Katonda yekka yasobola okupima mu bwenkanya era akebera emitima ng'akozesa ekipimo eky'amazima. Nga bwe wagamba nti, "... naye ansalira omusango ye Mukama waffe," Mukama yekka, ne Katonda be basobola okusala omusango ogw'ensonga era ne gusalibwa bulungi.

Kale temusalanga musango gwa kigambo kyonna, ebiro nga tebinnatuuka, okutuusa Mukama waffe lw'alijja, alimulisa ebikwekebwa eby'omu kizikiza, era alirabisa okuteesa okw'omu mitima, buli muntu n'alyoka aweebwa ettendo lye eri Katonda (4:5).

"Ebiro nga tebinnatuuka, okutuusa Mukama waffe lw'alijja" kitegeeza ekiseera eky'okujja kwa Mukama Waffe, okw'omulundi ogw'okubiri mubbanga. "ebikwekebwa eby'omu kizikiza" bye bibi n'ebintu ebikontana n'amazima. Ebintu bino byonna birimulisibwa Mukama lwalijja mubbanga. Abo abatambuliramu kizikiza tebajja kutwalibwa mu bbanga. Era, mw'abo abalitwalibwa mu bbanga, obutuukirivu n'obutabaako kibi ebya buli mutima biri bikkulwa bulungi mu maaso ga

Katonda.

'Okuteesa okw'omu mitima' kitegeeza ki? Kwe kuteesa okw'omu mutima gwa Mukama, nga ge mazima. Mukama bwannadda mu bbanga, buli muntu alifuna okutenderezebwa okusinziira ku bikolwa bye. Ajja kutenderezebwa olw'engeri gye yayagalamu Katonda, olw'okukkiriza kwe yalina, okubuulira enjiri kwe yabuulira n'okusaba kwe yasabanga.

Wagamba, "Kale temusalanga musango gwa kigambo kyonna, ebiro nga tebinnatuuka, okutuusa Mukama waffe lw'alijja." Ekkanisa zisisinkana nnyo ebizibu kubanga ba memba baazo beesalira emisango era ne bakwatirwa n'abalala obuggya. Bayibuli ekitugamba lunye nga bwe kitali kituufu ffe okusalira baganda baffe emisango.

"Obutassukanga ku Byawandiikibwa"

Naye ebyo, ab'oluganda, mbigeredde ku nze ne Apolo ku lwa mmwe, mulyoke muyigire ku ffe obutasukkanga ku byawandiikibwa, omuntu yenna alemenga okwegulumiza olw'omu okusinga omulala (4:6).

Omutume Pawulo ne Apolo baasomesa Ekigambo kya Katonda era ne bateekawo eky'okulabirako eri abantu abalala. Ekigambo kya Katonda kyokka kwe kwagala kwa Katonda okw'amazima, era baali tebagala muntu yenna alimbibwe ebitabo ebirala byonna oba enjigiriza ezaalimu obulimba.

Kiki ddala Pawulo ne Apolo kye baasomesa abakkiriza? Baasomesanga nti Yesu yajja okugonjoola ekizibu ky'ebibi era atutwale eri obulamu obutaggwawo n'eri obulokozi.

Baateekanga essira ku nsonga nti abaana ba Katonda abakkiririza mu mazima gano baalina okutambulira mu bulamu obulimu katonda okusinziira ku Kigambo okusobola okufuna obulokozi.

Naye abantu abamu baawakanya okusomesa kuno. Okuwakanya Katonda bwe butatambulira mu mazima wabula omuntu okugoberera ebirowoozo bye ye awatali kwesigama ku Kigambo kya Katonda.

Tulina okukuuma olunaku olwa Ssabbiiti nga lutukuvu, naye bo balowooza nti kye bagala kye bakola ku lunaku olwa sande kasita basaba saviisi esooka. Bayibuli etulagira okukaabiriranga Mukama mu kusaba, naye bo balowooza nti okusaba mu kasirise kye kisinga obutasabira waggulu.

Dawudi bwe yamenya Ekigambo kya Katonda, nnabbi n'amunenya ng'agamba nti yali annyoomye Ekigambo kya Mukama Katonda. Bwe tukola ebyo bye twagala, kwe kuwakanya okwagala kwa Katonda.

Oyo awakanya Katonda abeera alina embala y'okwemanya. Alowooza amagezi ge n'okumanya bye bituufu, bwatyo n'awakanya Ekigambo kya Katonda. Abeera yeefudde omusazi w'emisango mu kifo kya Katonda, nga kubeera kwegulumiza! Engero 16:18 wagamba, "Amalala gakulembera okuzikirira, n'omwoyo ogwegulumiza gukulembera ekigwo."

Kubanga akwawula y'ani? Era olina ki ky'otaaweebwa? Naye okuweebwa oba nga waweebwa, kiki ekikwenyumirizisa ng'ataaweebwa? Mumaze okukkuta, mumaze okugaggawala. Mwafuganga bakabaka awatali ffe, era mubeera kufuga nandyagadde, era naffe tulyoke tufugire wamu nammwe (4:7-8).

Pawulo yabuuza abakkiriza mu kanisa y'e Kkolinso ani eyali

abaawudde, abamu batuuke okweyita aba Apolo, aba Pawulo, aba Keefa, oba Kristo, era ani yagulumiza memba omu mu kanisa okusinga ku mulala. Wano, 'okweyawula' kikolebwa olw'okwemanya. Empaka n'okwekutulamu mirimu gya Setaani. Olwo, Katonda kiki kye yayawula? Yayawula ebibi ku butuukirivu, okufa ku bulamu obutaggwaawo, enzikiza ku musana. Katonda yayawula amazima n'agatali mazima. Katonda teyayawula ba memba mu bubinja nti akabinja akamu kagoberera ono akalala kagoberera oli omulala era teyateeka muntu yenna waggulu wa mulala.

Amakulu gaakyo, Pawulo yagamba ba memba b'ekkanisa y'e Kolinso abaali tebagoberera njigiriza ye nti, "Nnabasomesa amazima, era kiki kye mutafuna? Nnabasomesa nga mbalaga eky'okulabirako. Naye, mweyisa nga abataafuna mazima."

Era n'abagamba nti, "Era oba nga mwaweebwa, lwaki mwennyumiriza ng'abateeweebwa buwa?" Wano Pawulo agamba nti ba memba b'ekkanisa y'e Kkolinso baali tebatambulira mu butuukirivu era nga beeyisa ng'abantu ab'ensi. Yali agamba nti emirimu gye baali bakkiririzaamu gyali gya Setaani. Ku kwenyumirizanga kwabwe, yabagamba nti bayinza batya okwenyumiriza mu bintu eby'ensi ng'ate abaana ba Katonda balina kwenyumiriza mu Mukama yekka, si mu bintu eby'ensi.

Bwe tugezaako okutambulira mu mazima olwo nno tulina okubeera n'enjala wamu n'ennyonta ey'obutuukirivu. Kubisaamu akafaananyi ennyonta bw'eyinza okukuluma oluvannyuma lw'okutuyana ennyo mu budde obw'omusana.

Eriyo abasirikale abayinza n'okunywa mu luzzi lwonna kasita ennyonta ebeera ng'ebaluma oluvannyuma lw'okutendekebwa. Tebafaayo ne bweruba nga si luyonjo, nga bawulira ennyonta ebatta.

Era, bwe tubeera abayonta n'okubeera abayala olw'amazima tulina okufuuka abeetowaaze tuweereze abalala. Naye abakkiriza mu kanisa y'e Kkolinso baali bagala nnyo ensi okusinga okuyiga amazima. Baali beemanyi era nga beenyumiriza mu magezi, obugagga n'okumanya eby'ensi bye baali batuuseeko.

Na bwe kityo, olunyiriri 8 lugamba, "Mumaze okukkuta, mumaze okugaggawala. Mwafuganga bakabaka awatali ffe." Abakkolinso bano nga baali beegulumiza nnyo okutuuka okulowooza nti baali bafuuse nga bakabaka! Baali tebalumwa njala wadde ennyonta ku lw'obutuukirivu nga balina emitima emyavu kyokka nga bawulira bagagga era abakkuse. Ng'ebikolwa byabwe bikontana n'amazima.

Waliwo enkola ennung'amu erina okugoberwa mu kanisa eyateekebwawo Katonda. Naye, Abakkolinso baali beeyisa nga gyoli baali bakabaka. Yensonga lwaki Pawulo abagamba nti baali beeyisa ng'abatawuliranga ku mazima. Bwe tutabeera na bikolwa bigoberera ekyo Ekigambo kye tuwulira, olwo nno tubeera n'okukkiriza okufu.

Olwo, tulifuga ddi nga bakabaka?

Okubikkulirwa 20:6 wagamba, "Aweereddwa omukisa, era ye mutukuvu alina omugabo mu kuzuukira okw'olubereberye, okufa okw'okubiri tekulina buyinza ku bo, naye banaabeeranga bakabona ba Katonda era ba Kristo, era banaafugiranga wamu Naye emyaka lukumi."

Abo abakkirizza Yesu Kristo ng'Omulokozi waabwe bajja kukwatibwa mu bbanga ku Kujja kwa Mukama okw'Omulundi Ogw'okubiri. Bajja kubeera n'Embaga ey'omubbanga okumala emyaka musanvu. Olwo kino nga kiwedde, bajja kujja wano ku nsi mu Bwakabaka obw'Ekyasa okufugira awamu ne Mukama.

Pawulo, bwe yalowooza ku kino, kwe kugamba nti, "... era mubeera kufuga nandyagadde, era naffe tulyoke tufugire wamu nammwe." Ali mu kuwa abakkiriza b'e Kkolinso amagezi nti tebalina kweyisa nga bakabaka basobole okulokolebwa era balyoke bafuge nga bakabaka mu Bwakabaka Obw'ekyasa.

Omutume Pawulo ye yali omuntu atambulira mu mazima ng'amanyi okwagala kwa Katonda era eyategeera obulungi ekkubo ery'obulokozi. N'okwekyo, Pawulo ye yali alina okweyisa nga kabaka engeri gye yali akulembera abakkiriza okubatwala eri amazima. Naye ba memba mu kanisa y'e Kkolinso baali beemanyi era nga beeyisa nga bakabaka okwogera nti, "kino kale kye kisaana," ne "ekyo kye kituufu."

Olwo kyali kitegeeza, nti bandibadde tebalina bwe bakwatagana n'omutume Pawulo, era yensonga lwaki Pawulo abagamba nti baali tebasobola kufuga nga bakabaka mu Bwakabaka obw'Ekyasa singa bagenda mu maaso n'okweyisa batyo.

Pawulo agamba nti byali mu kusomesa ge mazima, era okujjako nga babitegedde era ne babitambuliramu, lwe bajja okukwatibwa mu bbanga ne bafuga mu Bwakabaka obw'Ekyasa.

Kubanga, ndowooza nga Katonda ffe abatume yatwolesa enkomerero ng'abataaleme kufa, kubanga twafuuka ekyelorerwa ensi ne bamalayika n'abantu (4:9).

Waliwo ebirowoozo bya mirundi ebiri. Ebisooka by'ebirowooza eby'omwoyo, ebirala by'eby'omubiri. Amazima mu mutima gw'omuntu bwe gakozesebwa ng'ebirowoozo, ekirowoozo kibeera kya mwoyo. Abo abatambulira mu Kigambo kya Katonda, kwe kugamba abantu ab'omwoyo bajja kubeeranga n'ebirowoozo eby'omwoyo nga balung'amizibwa Omwoyo Omutukuvu mu mutima gwabwe. Ku ludda olulala, abo abatatambulira mu mazima bajja kusooka kukozesa ebyo ebitaliimu mazima mu mitima gyabwe ebiva ewa Setaani. Bino bibeera birowoozo eby'omubiri.

Pawulo yagamba, "ndowooza" wano, si kirowoozo kya buntu wabula kirowoozo kya mwoyo. Si kirowoozo kye wabula okwolesebwa kw'Omwoyo Omutukuvu. Wano, 'okulowooza kwe' gaali mazima.

Omutume muweereza wa Katonda oyo atuukiriza okwagala kwa Katonda. Bayibuli nayo etusomesa ku ngeri omuweereza omutuufu gye yeesisaamu. 1 Bassekabaka 19:21 wagamba, "awo [Erisa] N'addayo n'atamugoberera n'addira omugogo gw'ente n'azitta, ne bafumba ennyama yaazo n'ebintu eby'ente, n'agabira abantu ne balya. Awo n'agolokoka ng'agoberera Eriya n'amuweereza."

Kyali kitya ku bayigirizwa ba Yesu? Matayo 4:18-22 watugamba nti Yesu bwe yayita Yokaana ne Yakobo ng'Abayigirizwa Be ne baleka awo eryato lyabwe, n'akatimba, ne kitaabwe ne bagoberera Yesu. Mu Baggalatiya 1:16, Pawulo agamba 'teyateesa na mubiri wadde omusaayi' Yesu bwe yamuyita ng'Omuyigirizwa We.

Mu ngeri y'emu, omuweereza wa Katonda omutuufu alina okugondera Ekigambo mu bujjuvu. Alina okugondera Katonda mu bujjuvu era n'akolera mu kwagala kwa Katonda okusobola okufuuka omutukuvu era omuntu ow'omwoyo atukuziddwa. Olwo nno anaafuna amaanyi okuva ewa Katonda.

Era, ne bwe mubeera nga temuli basumba oba abaweereza, bwogoberera obugoberezi okwagala kwa Katonda mubujjuvu, Katonda ajja kukutwala ng'omutume ow'omwoyo. Abantu ab'ekika ekyo bajja kulaga emirimu egy'amaanyi ga Katonda. Eky'okulabirako ky'abantu ab'ekika ekyo ye Firipo ne Sutefano.

Pawulo agenda mu maaso n'agamba nti, "Katonda ffe abatume yatwolesa enkomerero ng'abataaleme kufa, kubanga twafuuka ekyelorerwa ensi ne bamalayika n'abantu."

Ennaku zino, omuntu asaliddwa ogw'okufa ekiseera kye bwe kituuka eky'okuttibwa, bamulaga omukwano nga bamuwa ebintu ng'engoye ne sigala n'okumubuuza kiki kye yandyagadde nga tannafa. Naye mu kiseera ky'ekkanisa ezaasooka, nga babayisa bubi n'okubabonyaabonya abo abasibe abaalinga basaliddwa ogw'okufa. Ng'abantu tebabayisa nga bantu.

Nga babasuula mu mpologoma ezirumwa enjala, nga babayisaamu amaaso, n'okubaffugira amalusu, n'okubakuba amayinja. Abatume baatemebwako emitwe n'okubakomerera. Abalala baasibibwanga ku mirambo okutuuka lwe bafa nga bawunyiriza emirambo. Bateekwa okuba baabonabona nnyo!

Abatume baamanya engeri gye battibwangamu. Nga bamanyi nti bagenda kufa enfa embi olw'okuba baabuuliranga nti Yesu Kristo yazuukira. Yensonga lwaki Pawulo yagamba nti, "Katonda ffe abatume yatwolesa enkomerero ng'abataaleme kufa, kubanga twafuuka ekyelorerwa ensi ne bamalayika n'abantu."

Ani afuga ensi eno? Katonda yagifuga. Yagifuga okuyita mu bamalayika Be. Kale, si Katonda yekka, wabule ne bamalayika baamanya ddi omutume Pawulo n'abayigirizwa abalala lwe balifa nga bwe bajeregebwa n'okuyisibwa obubi ennyo.

Abantu nga bamanyi okuduulira abatume nga bagamba, "Mwali mulaga obubonero n'eby'amagero, lwaki temwelokola mu nnaku eno?" Pawulo naye yafuuka ekisekererwa eky'abantu bwe yafa.

Olwo, Pawulo, ne Peetero, n'abatume abalala baawulira batya nga tebannafa?

Baali bamanyi engeri gye baali ab'okufa. Peetero yamanya nti baali bagenda kumukomerera nga yeewunzise. Pawulo yamanya nti baali bagenda kumuwaayo eri Abamawanga bwaliyambuka e Yerusaalemi. Naye yagendayo nga tatidde kubanga yamanya nti kwe kwali okwagala kwa Katonda (Ebikolwa 21:7-14).

Katonda yaganya bino okuwandiikibwa kubanga endowooza y'abo abagenda okuttibwa nkulu nnyo. Olwo baali balowooza batya bwe baali mu kukola emirimu gya Katonda, kyokka nga bakimanyi bulungi nti gyali gigenda kubaviirako okufa? Tusobola okutegeera emitima gyabwe okuyita mu Bayibuli, beebazanga era ne baatenderezanga Katonda ne bwe baabanga bakubibwa. Bafuuka emmere y'empologoma kyokka baasigala basanyuka n'okutendereza Katonda. Olwo, olunyiriri luno lutegeeza ki? Mu Matayo 5:11-12, Mukama agamba, "Mmwe mulina omukisa bwe banaabavumanga, bwe banaabawaayiranga buli kigambo kibi, okubavunaanya Nze. Musanyukenga, mujaguze nnyo, kubanga empeera yammwe nnyingi mu ggulu, kubanga bwe batyo bwe baayigganya bannabbi abaasooka mmwe."

Abatume baamanya nti ensi eno yakaseera buseera era nga terina mugaso. Amaaso gaabwe ne bagassa waggulu ku mpeera ez'omu ggulu. Yensonga lwaki baasobola okusanyuka n'okujaguliza mu mbeera yonna. Kuno kwe bayita okukkiriza. Tuyinza tutya obutajaguza bwe tuba nga tusobola okufuna empeera ezisingawo olw'okuyigganyizibwa olw'erinnya lya Mukama?

Naye abatume baali bamanyi ddi lwe bannattibwa, kale nga beerariikirivu buli ennaku bwe ziyitawo. Si kugamba nti baali beerariikirira kufa, wabula nga bagala webafiira nga abantu be balokodde bawera.

Yensonga lwaki baatuukirizanga obuvunaanyizibwa bwabwe n'obulamu bwabwe bwonna nga balowooza nti baalina okulaga abantu Katonda omulamu. Baalina okubuulira enjiri n'okulokola emyoyo nga ne bwe guba omwoyo gumu ogweyongeddeko kibakolera amakulu.

Yesu yeeyisa atya? Abaebbulaniya 12:1-2 wagamba, "Tuddukanenga n'okugumiikiriza okuwakana okuteekeddwa mu maaso gaffe. Nga tutunuulira Yesu yekka omukulu w'okukkiriza kwaffe era omutuukiriza waakwo, olw'essanyu eryateekebwa mu maaso Ge eyagumiikiriza omusalaba, ng'anyooma ensonyi, n'atuula ku mukono ogwa ddyo ogw'entebe ya Katonda."

Kiswaza nnyo okuba nti Omwana wa Katonda, Yesu, yanyooma ensonyi n'okuduulirwa ebitonde Bye era ne bamukomerera. Nga kiswaza nnyo omukulu okukubibwa n'okuduulirwa abaddu be?

Kyokka wadde guli gutyo, Yesu yali mwetegefu nnyo okugenda ku musalaba olw'obulokozi bwaffe era atudde ku mukono ogwa ddyo ogwa namulondo ya Katonda. Naffe tulina okukola okwagala kwa Katonda nga tetulowoozezza ku nsonyi ze kuyinza okutukwasa.

Mungobererenga

Ffe tuli basirusiru ku bwa Kristo, naye mmwe muli bagezigezi mu Kristo, ffe tuli banafu, naye mmwe muli b'amaanyi, mmwe muli ba kitiibwa, ffe tuli ba kunyoomebwa (4:10).

'Ffe' wano kitegeeza omutume Pawulo, ne baweereza banne nga Apolo, n'abaweereza ba Katonda abakkirizibwa Katonda mu ngeri y'emu. Era, kitegeeza abo bonna abalina okukkiriza okw'okutambulira mu kwagala kwa Katonda.

Olwo, lwaki Pawulo agamba nti yali musirusiru ku bwa Kristo?

Kitegeeza nti yalabika ng'omusirusiru mu maaso g'abatakkiriza oba mu maaso g'abo abandibadde bakkiriza naye nga tebatambulira mu Kigambo kya Katonda. Eky'okulabirako, abantu aba bulijjo bajja kunyiiga omuntu bwabakuba oluyi. Naye abo abalina okukkiriza bajja kukigumira bagezeeko okutegeera wadde nga babakubidde bwereere. Kiri bwe kityo lwakuba Ekigambo kya Katonda kitugamba, omuntu bwatukuba oluyi ku ttama erimu, tukyuke atukube ne ku ddala. Bwe tutyo ne tubeera nga abasirusiru mu maaso g'abantu ab'ensi bwe tutambulira mu Kigambo kya Katonda.

Pawulo agenda mu maaso n'okusomesa ba memba b'ekkanisa y'e Kkolinso ng'agamba nti, "Ffe tuli basirusiru ku bwa Kristo, naye mmwe muli bagezigezi mu Kristo."

Singa ba memba b'ekkanisa y'e Kkolinso baali basobodde okukyusa ettama lyabwe eddala ng'omuntu abakubye ku ttama liri, olwo nno abantu ab'ensi bandibalabye ng'abasirusiru.

Olunyiriri oluddako lugamba nti, "ffe tuli banafu, naye mmwe muli b'amaanyi." Abatume baali banafu, kwe kugamba abo abaali batambulira mu Kigambo kya Katonda baali banafu, naye abo abaali tebatambulira mu mazima baali b'amaanyi.

Pawulo ayogera kw'ekyo kubanga baali tebatambulira mu mazima, baali balowooza nti buli kimu basobola okukikola n'amaanyi gaabwe, naye nga baali beefuula bwefuzi ab'amaanyi.

Katutunuulire nga bwe kyali ku Yesu. Mu 2 Abakkolinso 13:4 wagamba, "Kubanga Yakomererwa olw'obunafu, naye mulamu olw'amaanyi ga Katonda. Kubanga naffe tuli banafu mu Ye, naye tuli balamu awamu Naye olw'amaanyi ga Katonda eri mmwe."

Yesu yazibula abazibe amaaso, abalema n'abatambuza, n'awonya ebigenge, era ne bakiggala ne bawulira, n'azuukiza n'abafu. Era, Yakakkanya omuyaga n'ekigambo Kye. Yali musajja w'amaanyi nnyo.

Naye kitegeeza ki bwe wagamba nti, "Kubanga Yakomererwa olw'obunafu"?

Singa Yesu yali alaze amaanyi Ge, tekyandisobose muntu yenna kumukomerera. Ekiro lwe yakwatibwa, Peetero yasalako okutu kw'omu kw'abo abaali bazze okumukwata omuweereza wa kabona omukulu n'ekitala (Makko 14:47). Naye Yesu n'amugamba nti, "Zaamu ekitala mu kiraato kyakyo!" Era n'akwata okutu n'akuzaako n'amuwonya. Awo, Yesu n'ajjukiza Peetero nti singa yali ayagala yali asobola okwegayirira Kitaawe, Naye n'amuweereza bamalayika okusinga ligyoni ekkumi n'ebbiri (Matayo 26:53).

Yesu abantu abo yandibafubutudde mu bwangu ddala singa kwe kwali okwagala kwa Katonda nti talina kukwatibwa. Yesu yalina amaanyi naye teyagakozesa kutuukiriza bigendererwa Bye, wabula okutuukiriza okwagla kwa Katonda.

Omwana wa Katonda Yesu w'amaanyi nnyo, naye yafuuka munafu ng'agoberera okwagala kwa Katonda. Kino kyali bwe kityo tusobole okununulibwa mu bibi. Singa yasigala n'amaanyi Ge tewali yandisobodde kumukomerera. Naye yafuuka munafu ng'okwagala kwa Katonda bwe kwali tusobole okutuuka ku bulokozi, kubanga Yasobola okutununula okuva mu bibi byaffe okuyita mu kukomererwa Kwe.

Pawulo n'abatume abalala n'abo baalina okubeera abanafu okusobola okulokola emyoyo. Pawulo yagamba,

"Nange nnabeeranga nammwe mu bunafu ne mu kutya ne mu kukankana okungi " (1 Abakkolinso 2:3), ne "Oba nga king'wanidde okwenyumiriza, nneenyumirizanga olw'eby'obunafu bwange" (2 Abakkolinso 11:30). Ggwe oyinza kwenyumiriza mu ki? Wenyumiriza mu maanyi go? Kansubire nti naawe weenyumiriza mu bunafu bwo mu Mukama. Bwe tusigala nga tuli b'amaanyi, tujja kubeera nga twemanyi era tukole ebyo bye tulowooza nti bwe butuukirivu.
Tulina okubeera abanafu mu mazima tusobole okuweereza abalala mu bwetowaaze ng'abalala tubatwala nti batusingako.
Tulina okufuuka abanafu kubanga tulina okuwangula obubi n'obulungi.
Naye tulina okujjukira ekintu kimu. Omuntu ne bwatukuba ku ttama erimu, tulina okutegeera omuntu oyo tusobole okukyusa n'ettama eddala. Tetulina kukkiriza kintu kyonna kiweebuula Katonda kubeerawo.

Mu njiri ya Yokaana 2:14-15, Yesu yasisinkana abantu mu yeekaalu abaali batunda ente, endiga n'amayiba. Waaliwo n'abawaayisa sente nga batudde ku mmeeza zaabwe. Yesu n'afuula emiguwa olukoba, era n'abagoba bonna mu yeekaalu, wamu n'endiga zaabwe wamu n'ente; N'ayiwa effeeza, n'avuunika embaawo zaabwe.
Yesu mwetowaaze era ye Yennyini ye Kwagala, naye teyakkiriza kutyoboola Katonda nga batunda n'okugula ebintu mu yeekaalu. N'olwekyo, tulina okutegeera amazima bulungi tuleme okukkiriza ekintu kyonna ekivvoola Katonda oba ekkanisa, nga gwe mubiri gwa Kristo.

Pawulo ayongera n'agamba ba memba b'ekkanisa y'e Kkolinso nti, "... mmwe muli ba kitiibwa, ffe tuli ba kunyoomebwa." Abatume mu kiseera ekyo ddala tebaalina kitiibwa; nga bayigganyizibwa, ng'olumu bakubibwa amayinja, nga bakubibwa, n'okunyoomebwa. Olwaleero, kye kimu n'abaweereza ba Katonda abeesigwa. Bwe tulaga obubonero n'ebyewuunyo, omulabe setaani tajja kutunula butunuzi. Ajja kugezaako okulemesa emirimu gya Katonda. Era n'abakkiriza abamu bafuna obuggya era ne batawaanya n'okutabangula ekkanisa kubanga tebasobola kulaga mirimu gya kika ekyo. Abaweereza ba Katonda oba abaana ba Katonda basobola okuteekebwa mu mbeera enzibu ennyo olw'ensonga ez'enjawulo era bwe kityo bwe kyali ne mu biseera bya Pawulo.

"Bo baweereza ba Kristo?—njogera ng'omulalu — Nze mbasinga, mu kufuba mbasukkirira, mu kusibibwa mbasukkirira, mu ku kubibwa okuyingirira ennyo, mu kufa emirundi emingi, Eri Abayudaaya nnakubibwa emirundi etaano emiggo amakumi asatu mu mwenda. Emirundi esatu nnakubibwa enga, omulundi ggumu nnakasuukirirwa amayinja, emirundi esatu eryato lyamenyeka, nnasula ne nsiiba mu buziba. mu kutambulanga emirundi emingi, mu bubi obw'emigga, mu bubi obw'abanyazi, mu bubi obuva eri eggwanga lyange, mu bubi obuva eri abamawanga, mu bubi obw'omu kibuga, mu bubi obw'omu ddungu, mu bubi obw'omu nnyanja, mu bubi obw'ab'oluganda ab'obulimba. Mu kufuba n'okukoowa, mu kutunulanga emirundi emingi, mu njala n'ennyonta, mu kusiibanga emirundi emingi, mu mpewo n'okubeera obwereere " (2 Abakkolinso 11:23-27).

Ebiseera ebisinga abo abaamanyi bajja kubeera bakuba abalala. Naye Pawulo nga yali wa munafu! Era olw'obunafu bwe yakubibwa emirundi mingi era n'abonaabona nnyo. Yakubibwa n'okukubibwa kubanga yali anyoomebwa.

Pawulo yalumwa enjala, ennyonta, n'abeera mu bunyogovu, n'aba obwereere, naye ebintu bino byonna yabigumira. Yagamba nga kyafaako kyokka y'ekkanisa.

"Obutassaako bya bweru, waliwo ekinzitoowerera bulijjo, bulijjo, okwerariikiriranga olw'ekkanisa zonna. Ani omunafu, nange bwe ssiba munafu, ani eyeesittazibwa, nange bwe ssaaka? Oba nga kingwanidde okwenyumiriza. Nneenyumiririzanga olw'eby'obunafu bwange" (2 Abakkolinso 11:28-30).

Pawulo yeenyumirizanga mu bunafu bwe. Naffe tulina okwenyumiriza mu bunafu bwaffe, si mu maanyi.

Era n'okutuusa ekiseera kino, tulumwa enjala era n'ennyonta, era tuba bwereere, era tukubibwa ebikonde, era tetuliiko waffe, era tukola emirimu nga tutegana n'emikono gyaffe, bwe tuvumibwa, tubasabira omukisa, bwe tuyigganyizibwa, tugumiikiriza, bwe tuwaayirizibwa, twegayirira, twafuuka ng'ebisasiro eby'ensi, empitambi eza byonna, okutuusa kaakano (4:11-13).

"Okulumwa enjala n'ennyonta" kirina amakulu ag'omwoyo. Tekyogera ku nnyonta eno n'enjala ey'okungulu. Tebaali bayala oba bayonta nti kubanga Katonda yalemererwa okubawa emmere n'eky'okunywa.

Eky'okulabirako, eriyo abakkiriza abamu abayala era nga balina ennyonta wadde nga balina eby'obugagga bingi. Abakkiriza bano sente tebazeemalirako naye bagezaako nga bwe basobola okuwaayo eri Katonda n'obwakabaka Bwe, ku lw'omulimu gw'obuminsane, n'okuzimba ekkanisa n'ebiringa ebyo.

Pawulo yalinga abuulira nga bwakola omulimu. Mu kiseera ekyo enjiri yali tennabunyisibwa wadde nakatono, ng'alina okuzimba ekkanisa mu kiseera abantu bwe battibwanga olw'okukkiriza mu Yesu Kristo. Olw'okuba yalina okubunyisa enjiri mu bifo gye baali tebawuliranga ku Yesu Kristo, tewali yamwanirizanga.

Yensonga lwaki omutume Pawulo yabuuliranga enjiri nga bwakola n'emirimu okusobola okubeerawo. Naye bwe yavumibwanga, nga abasabira omukisa, bwe yayigganyizibwanga, ng'agumiikiriza.

Okuvumibwa kwe kugambibwa ebigambo ebitakusanyusa. Bayibuli etugamba okusanyukanga bwe tuyigganyiizbwa ku lwa Mukama (Matayo 5:11-12).

Matayo 5:44 wagamba, "Naye nange mbagamba nti Mwagalenga abalabe bammwe, musabirenga ababayigganya." N'olwekyo tulina okwagala n'abalabe baffe era tubasabire n'abo abatuyigganya.

Olunyiriri 13 lugamba, "... bwe tuwaayirizibwa, twegayirira." Kino kitegeeza nti abalala bwe batuwaayiriza, tulina okubalung'amya basobole okutegeera n'ebigambo ebirungi. Tetulina kuboogerako bubi oba okubavuma, wabula tubagale, tubasabire omukisa, era tubayambe okutegeera.

Olwo nno, tunaaba n'emirembe, twewale emirimu gya Setaani gyonna. Era tujja kubeera mu mirembe, tusobole okusanyuka n'okwebaza. Tetulina kuwulira bubi oba ne tuggwamu amaanyi olw'omuntu yenna.

Abatume mu kukola kino, baafuukanga ebisasiro eby'ensi, empitambi eza byonna, okutuusa kaakano. Kino kitegeeza ki?

Abantu balunda embwa n'ebinyonyo awaka nga babifaako nnyo n'okubiwa emmere. Abo abagala ebimera babigobako obuwuka, ne babifukirira era ne babiteeka ebigimusa, era ne babikoola. Bagala ebimera bino kubanga birina essanyu n'emirembe bye baleeta gye bali.

Naye abatume baavumibwanga, n'okuyigganyizibwa, okukolimirwa, n'okukubwa mu kifo ky'okulagibwa okwagala. Bayisibwanga ng'ebisasiro n'empitambi eby'ensi. Olaba ebisolo n'ebimera byalabirirwanga naye ng'abatume bayisibwa nga Kasasiro.

Bandibadde bagalibwa nnyo kubanga baagonjoolanga ebizibu by'abantu. Baabuuliranga Ekigambo era ne bawonya endwadde. Naye mu kifo ky'okusiimibwa, baakubibwanga nga bayitibwa abasomesa ab'obulimba. Baalinanga okubeera mu kudduka bulijjo baleme okuttibwa. Yensonga lwaki Pawulo yagamba nti baali ng'ebisasiro eby'ensi.

Ebyo ssibiwandiika kubakwasa nsonyi, wabula okubabuulirira ng'abaana bange abaagalwa. Kuba newakubadde nga mulina abayigiriza kakumi mu Kristo, naye temulina bakitammwe bangi, kubanga nze nabazaaza enjiri mu Kristo Yesu (4:14-15).

Omutume Pawulo kati ali mu kunyonnyola ensonga lwaki yawandiika ebbaluwa eno. Tekwali kuswaza bakkiriza mu Kkanisa y'e Kkolinnso wabula okubabuulirira ng'abaana abaagalwa nga ye kitaabwe ow'omwoyo.

Olunyiriri 15 lugamba, "Kuba newakubadde nga mulina abayigiriza kakumi mu Kristo, naye temulina bakitammwe bangi, kubanga nze nabazaaza enjiri mu Kristo Yesu."

'Taata' ajja kuliisa abaana be, afuuke mukadde waabwe era abasomese okutuuka lwe banaakula. Ajja kubalabirira ng'abawa ebyetaagisa mu bulamu. Olw'okuba si 'ba taata', abasomesa bo bafa ku kya kusomesa kyokka.

Mu ngeri y'emu, olwaleero abasomesa bangi mu kkanisa, naye ba taata si bangi. Kwe kugamba, eriyo ababuulizi bangi abayigiriza Ekigambo kya Katonda. Naye ba Taata ab'omwoyo si bangi abatambulira mu mazima abakkiriza obuvunaanyizibwa obw'okusimba okukkiriza mu bakkiriza, okubakuza, okubalagira obuvunaanyizibwa bwabwe okutuuka lwe bafuuka abantu abakulu mu mwoyo.

Omutume Pawulo yagamba, "nabazaaza enjiri." Olwo tugambe nti Pawulo yafuuka taata w'abakkiriza mu kanisa y'e Kkolinso? Yee bwe kiri, yafuuka taata w'abakkiriza mu Kkanisa y'ekkolinso kubanga yabazaala okuyita mu njiri.

Omwana atondebwa mu lubuto, enkwaso y'omusajja bwe yeegatta n'eggi ly'omukazi. Olwo, omwana oyo n'atandika okuliisibwa ku mmere ne maama gyalyako okusobola okutonda amagumba, ebinywa, amaaso, ennyindo, omumwa, enviiri, emikono n'ebigere. Maama alina okulabirira omwana okutuuka mu myezi 9 lwanaatuuka okuzaalibwa. 'Okuzaala' tekikoma ku kusindika omwana kyokka, wabula kugenderako byonna ebigendera ku kumukuza.

Olwo, okuzaala okuyita mu njiri ya Yesu Kristo kye ki?

Bwe tukkiriza Yesu Kristo era ne tufuna Omwoyo Omutukuvu, tufuna ensigo ey'obulamu mu mutima gwaffe. Nga ensigo bw'egwa mu ttaka, n'emera, n'emulisa, era ekivaamu n'ebala ebibala, ensigo ey'obulamu bw'egwa mu mitima gyaffe etandika okukula.

Olwo, omukkiriza ayita mu mitendera ki okukula? Abo abaakakkiriza Mukama era ne bafuna Omwoyo Omutukuvu balinga abaana abawere. Balina ekigera ekisembayo obutono eky'okukkiriza, naye okukkiriza kwabwe kujja kukula okuyita mu Kigambo kya Katonda. Olwo ne bakula okutuuka ku kukkiriza okw'abaana abato, ne kufuuka okw'abavubuka, ne kulyoka kufuuka okw'abakadde (1 Yokaana 2:12-14).

Mu kusooka, bayinza obutategeera buli Ekigambo kya Katonda kye bawulira, naye mpola mpola bajja kugenda bategeera Ekigambo. Bakitwala ng'emmere ey'omwoyo, era ne bakyuka okuyita mu mazima.

Ng'ekiseera kino tekinnabaawo, amaaso gaabwe gaalabanga n'amatu nga gawulira ebintu by'ensi eno. Emikono gyabwe n'egikola ebintu ebitaali birungi. Naye kati basanyukira mu kulaba, okuwulira, n'okukola ebintu ebiri mu mazima. Bagezaako okulowooza n'okuteekateeka ebintu ebirungi era ne boogera n'ebigambo ebirungi.

Kiki ekireetawo okukyuka okw'ekika kino? Bategeera Ekigambo kya Katonda ekibuulirwa era ne kikyusa obulamu bwabwe. Abantu ab'omubiri bafuuka abanu ab'omwoyo, era kuno kwe kuzaala omuntu okuyita mu njiri, Pawulo kwe yayogerako.

Kituufu, taata w'omwoyo ali omu Ye Katonda Kitaffe. Wabula tusobola n'okuyita abo abatuzaala okuyita mu njiri 'ba taata baffe ab'omwoyo.' Kwe kugamba, Katonda ye Kitaffe eyasookawo, kyokka n'abaweereza ba Katonda abatuzaala okuyita mu njiri era ne batukulembera okuyita mu njiri ne batuleetera okukula mu mwoyo basobola okufuuka ba kitaffe ab'omwoyo. Kyokka emitendera gya njawulo.

Kyenva Mbeegayirira, okungobereranga (4:16).

Pawulo yagamba mu 1 Abakkolinso 11:1, "Mungobererenga nze, nga nange bwe ngoberera Kristo." Waliwo akakwakkulizo ku kwegayirira kwe.

Taata bw'aba asobola okwogera n'obuvumu nti atambulidde mu bulamu obulungi era obw'ensimbu, olowooza biki byanaasomesa abaana be? Era ddala ajja kubasomesa nti bamuyigireko ng'eky'okulabirako.

Naye watya nga taata talaga kyakulabirako kirungi eri abaana. Mutamiivu waddanga era alwana nnyo. Ajja kugamba abaana be okubaako omuntu omulala kwe babeera balabira eyeeyisa obulungi atali ye.

Omutume Pawulo yagamba abakkiriza mu Kkolinso n'omutima gwa taata omuvumu nti, "Kyenva Mbeegayirira, okungobereranga." Yasobola okusomesa abakkiriza mu kkanisa y'e Kkolinso n'ebigambo ng'ebyo kubanga yali agoberera Yesu Kristo.

Olunyiriri luno lutegeeza, "Mwagale Katonda n'obulamu bwammwe bwonna nga nange bwe mwagala n'obulamu bwange bwonna, era mubeere beesigwa okutuuka ku ssa ly'okuyiwa omusaayi nga naye bw'abadde omwesigwa okutuuka okufa." Omutume Paul yayagalanga atya Katonda?

Nga bwe kiri mu 2 Abakkolinso 11, yafuuka musirusiru lwa Kristo. Ku lwa Kristo yafuuka munafu era ataalina kitiibwa; yalina ennyonta, nga muyala, n'akubwa emiggo era n'aba bwereere, era bwe yayigganyizibwanga, ng'agumiikiriza era ng'asabira n'abamuyigganyanga, nga bwavumibwa, ng'abasabira omukisa.

Pawulo yakolanga ebintu bino byonna ng'abikolera mu mazima. Bwatyo kwe kusobola okwogera nti "Mungobererenga nze" Kubanga yatambuliranga mu Kigambo kya Katonda ng'ayagala Kristo era ng'alina embala ya Yesu Kristo.

Kwe kugamba, bwe tugoberera Pawulo, kitegeeza nti tubeera tugoberera Yesu. Bwe tugoberera embala ya Yesu, kitegeeza tubeera n'embala ya Katonda, era okusingira ddala nga tugabanira wamu obuzaaliranwa bwa Katonda (2 Peetero 1:4). Kino kifaananako nga abayigirizwa bwe bagamba Yesu abalage Katonda. Yesu n'abaddamu nti abo abalabye Ye babeera balabye Katonda. Kiri bwe kityo lwakuba omu abeera agoberera okwagala kwa Katonda kwokka, kubanga Yesu yali afaanana Katonda. Era tulina okuba nga tusobola okugamba abalala n'obuvumu okutugoberera olw'okuba twagala nnyo Katonda era tutambulira mu mazima.

Kyenva ntuma Timoseewo gye muli ye mwana wange omwagalwa omwesigwa mu Mukama waffe, alibajjukiza amakubo gange agali mu Kristo nga bwe njigiriza yonna yonna mu buli kanisa (4:17).

Pawulo ayita Timoseewo 'Omwana wange omwagalwa omwesigwa mu Mukama waffe' kubanga Pawulo yayagala nnyo Timoseewo era n'amukuza n'Ekigambo eky'amazima. Era ekyavaamu mw'ekyo, Timoseewo yafuuka omuntu omwesigwa olw'okugoberera eky&okulabirako ky'omtume Pawulo n'okutambulira mu mazima.

Pawulo yatuma Timoseewo mu kifo ky'okugenda e Kkolinso okusomesa abakkiriza mu kkanisa eyo byazze asomesa mu kanisa zonna. Eno, n'awalala wonna mu buli kanisa yonna, ebyasomesebwanga nga tebyawukan, wabula nga bye bimu. Yasomesa Ekigambo kye kimu ekya Katonda era ekkubo kye limu ery'omusalaba. Ng'abuulira ku kuzuukira kwa Yesu Kristo era n'alaga obukakafu obw'amazima ag'Ekigambo n'ebikolwa bye.

Olwo kitegeeza ki nti Timoseewo "alibajjukiza amakubo gange agali mu Kristo nga bwe njigiriza yonna yonna mu buli kanisa"? Timoseewo yagobereranga eky'okulabirako kya Pawulo bye yakolanga era n'asomesa ebyo bye yali ayize okuva eri Pawulo.

Eky'okulabirako, omutume Pawulo teyasomesa busomesa kyokka nti balina okusaba n'okusiiba n'okukoowoola okusobola okufuna okuddibwamu okuva eri Katonda. Yakolanga nga bwe yasomesanga. Timoseewo naye yakolanga bwatyo. Nga Timoseewo tasomesa busomesa, wabula nga abalaga era n'okutambulira mw'ebyo byabasomesa. Pawulo era yayambanga n'abaavu era ng'azzaamu amaanyi abo abaali mu buzibu n'okusoomoozebwa. Timoseewo naye nga bwakola bwatyo, ng'ayamba abaavu n'okuzaamu amaanyi abakkiriza abaalinga mu buzibu.

Timoseewo bye yakolanga bye bimu ne Pawulo bye yakolanga. Eyo yensonga wadde nga omutume Pawulo si yeyali agenzeeyo, bwe baalaba ebikolwa bya Timoseewo abakkiriza mu kanisa y'e Kkolinso bajjukiranga Pawulo.

Amaanyi n'Obusobozi Okuyita mu Bwakabaka bwa Katonda

Naye waliwo abalala abeegulumiza nga balowooza nga nze sigenda kujja gye muli. Naye ndijja gye muli mangu, Mukama waffe bw'alyagala, era ndimanya amaanyi gaabwe abeegulumiza so si kigambo kyabwe (4:18-19).

Omutume Pawulo bwe yamala okussaawo ekkanisa y'e Kkolinso era n'agenda ku lugendo lw'obuminsane mu Asiya. Abamu ku bakkiriza mu kkanisa y'e Kkolinso ne batandika okwemanya. Nga balowooza Pawulo taliddayo era abamu ne batandika okweyisa ng'abaali bafuuse bakabaka. Nga tebawa bakulu mu kanisa kitiibwa.

Era buli omu alina okujjukiranga kino, nti n'olwaleero tulina abantu ab'ekika ekyo. Okwemanya kusobola okukula mu ffe nga tetumanyi na kumanya. Bwe kukulira ddala, kujja kulabisibwa abalala bonna bakulabe, naye ng'omuntu yennyini ye takiraba.

N'olwekyo, bulijjo tulina okwekebera n'Ekigambo kya

Katonda. Abo abali mu bifo ebya wansi, balina okuwa ekitiibwa abo ababasingako. Wadde bakulembeze tebalina kukola kusalawo wadde okukola ekintu kyonna nga tebalina gwe beebuuzizzaako ne bakola nga bo bwe bagala.

Olunyiriri 19 lwogera ku mutima gwa Pawulo eyali alumwa ennyo olw'okuba ba memba mu kanisa y'e Kkolinso baali bafunye okwemanya. Nga bafuuse emisanvu eri obwakabaka bwa Katonda, era nga bamuvvoola. Pawulo yayagala okugendayo mu bangu ddala okumalawo ekizibu ekyo, naye tekyali kyangu kubanga yali mu Efeeso.

Pawulo yategeera bulungi nnyo okuyita mw'ebyo bye yali ayiseemu ebingi nti yali tasobola kukola kintu kyonna mu kwagala kwe okuggyako nga Mukama akiganyizza. Bwe yayagala okugenda mu Asiya okubuulira enjiri, Omwoyo omutukuvu n'abagaana. Mu kwolesebwa Pawulo n'alaba ekiro omuntu Omumakedoni, ng'ayimiridde ng'amwegayirira okugenda e Makedoni okubayamba. Era n'akyusa olugendo lwe mu bwangu ddala n'agenda e Bulaaya (Ebikolwa 16:6-10).

Abaana ba Katonda bonna basobola okuwulira eddoboozi ly'Omwoyo Omutukuvu gye bakoma okweggyako agatali mazima okuva mu mitima gyabwe era ne bateekateeka amazima mu bo. Era bwe tuwulira eddoboozi ly'Omwoyo Omutukuvu, tulina okuligoberera bunnambiro, mu kifo ky'okugoberera ebirowoozo byaffe.

Naye bwe tugezaako okusalawo okusinziira ku birowoozo byaffe, ku ntegeera yaffe n'enjigiriza ezaffe nga wadde tumaze okuwulira eddoboozi ly'Omwoyo Omutukuvu, kitegeeza nti Katonda tasobola kutukulembera eri okubeera obulungi. Mu ngeri eno, bwe tutegeera nti amakubo gaffe tegali mu kwagala kwa Katonda tulina okwenenyezaawo era ne tukyuka okuvaayo, tusobola okwewala ebigezo n'okusoomozebwa singa tutambulira mu kwagala kwa Katonda buli kimu ne kiryoka kitutambulira bulungi.

Naye ebiseera ebisinga, abo abatuwulira n'okugondera eddoboozi ery'Omwoyo Omutukuvu bajja kugenda mu maaso n'okugoberera ebirowoozo byabwe bo era tebasobola kutuukiriza nteekateeka zaabwe mu bujjuvu. Omwoyo Omutukuvu ne bwasinda mu bo ne bawulira okulumizibwa mu mutima gwabwe, tebakitwala nga kikulu era ne basigala nga bakutte amakubo gaabwe bo. Olwo nno bajja kusisinkana obuzibu.

Pawulo yagenda mu maaso n'okugamba, "Naye ndijja gye muli mangu, Mukama waffe bw'alyagala, era ndimanya amaanyi gaabwe abeegulumiza so si kigambo kyabwe." 'Amaanyi' wano kyawukanako katono 'n'amaanyi' agaayogerwako mu lunnyiriri 20. Wano, "ndimanya amaanyi gaabwe" kitegeeza Pawulo yali ayagala okutegeera ebikolwa byabwe mu mazima. Ffe okusobola okutambulira mu Kigambo kya Katonda, tulina okufuna amaanyi ga Katonda ago agasukulumye ekintu kyonna ekikoleddwa mu maanyi gaffe.

Jjukira ekiseera lwe wasooka okukkiriza Mukama era n'ofuna ekisa kya Katonda. Oluvannyuma lw'okukkiriza

Kristo n'okufuna Omwoyo Omutukuvu, ne tutandika okuyiga Ekigambo kya Katonda. Olwo, ne tusalawo okutambuliranga mu Kigambo kya Katonda, naye si kyangu okutuukiriza. Tulina okubeera n'okuyaayaana okugoberera Ekigambo kya Katonda, naye tetulina maanyi ga kikola.

Mu kiseera kino, tusobola okufuna ekisa n'amaanyi okuva waggulu era ne tutambulira mu Kigambo eky'amazima kimu ku kimu era mpola mpola bwe tugenda mu maaso n'okusaba obutalekaayo. Naye bwe tutasaba, tetusobola kufuna maanyi okuva waggulu na bwe kityo tetusobola kutambulira mu Kigambo, ne bwe tuba nga tubadde Bakristaayo okumala ebbanga eddene.

N'olwekyo, okusobola okutambulira mu bulamu obw'omukisa nga tukuuma Ekigambo kya Katonda, tulina okusaba obutalekaayo. Terina kubeera nkola yaffe okusaba kubanga tujjuziddwa Omwoyo ne tutasaba bwe tugwako obujjuvu bw'Omwoyo. Tetulina kusaba n'omutima gwaffe gwonna era obutalekaayo, wabula okusaba tulina okukufuula empisa yaffe.

Nga Yesu bwe yagoberera empisa Ye ey'okusabanga, tulina okukola bwe tutyo okusobola okuweza obungi bw'essala. Gye tukoma okwongeza ku bungi bw'essaala zaffe, gye tukoma okuwuliziganya ne Katonda mu ngeri ey'omwoyo. Olwo, emmeeme zaffe zinaabeera bulungi era tujja kufuna amaanyi okutambulira mu Kigambo.

Kubanga obwakabaka bwa Katonda tebuli mu kigambo,

wabula mu maanyi (4:20).

'Amaanyi' wano gawukanako kw'ago agoogeddwako mu lunyiriri lwe tuvuddeko. Amaanyi agoogerwako wano ge maanyi agali ku mutendera ogwa waggulu okusinga kw'ago agali mu lunyiriri 19. Pawulo yagamba nti obwakabaka bwa Katonda tebuli mu kigambo wabula mu maanyi. Olwaleero, waliwo okwogera okungi mu kanisa nnyingi, naye obwakabaka bwa Katonda tekuli mu bigambo wabula mu maanyi, era ebigambo byokka tebibaamu makulu.

Abatume mu kanisa ezaasooka baali si boogezi balungi. Peetero mu kusooka yali muvubi. Yali talina bukugu mu kwogera era teyalina n'amagezi ga nsi mangi, naye bwe yafuna amaanyi okuva waggulu, yasikiriza abantu enkumi ssatu okwenenya mu lunaku lumu. Pawulo yali talina bukugu mu kwogera, naye yalina amaanyi ga Katonda. Yateekawo omusingi gw'okubuulira enjiri mu nsi yonna wakati mu mbeera enzibu mu kanisa eyasooka.

Kye kimu ne leero. Obwakabaka bwa Katonda bukolebwa maanyi gokka. Amagezi ag'ensi n'okumanya ne bwe bibeera bya waggulu tebisobola kulokola myoyo mingi. Tetusobola kugaziya bwakabaka na bigambo oba n'amagezi ga bantu oba okuwangula olutalo lw'omulabe setaani.

Twalabye waggulu mu 1 Abakkolinso 2:4 nti omutume Pawulo yagamba, "N'ekigambo kyange n'okubuulira kwange tebyabanga mu bigambo eby'amagezi ebisendasenda, wabula mu kutegeeza kw'Omwoyo n'amaanyi." Yafuna amaanyi mangi ng'asomesebwa Gamaliri, naye byonna yabitwala nga kasasiro era kufiirwa.

Wano, 'maanyi' ki gano agasobola okusimba okukkiriza mu bantu, okulokola emyoyo, n'okugaziya obwakabaka bwa Katonda?

Okusooka, ge maanyi ag'okukuuma n'okutambulira mu Kigambo kya Katonda mu bikolwa n'amazima bwe tukkiriza Yesu Kristo, ne tufuna Omwoyo Omutukuvu, n'okusaba mu maaso ga Katonda.

Eky'okubiri, kwe kubala ebibala nga tugenda mu maaso n'okutambulira mu Kigambo. Tujja kubala ebibala eby'Omwoyo Omutukuvu nga tutambulira mu Kigambo kya Katonda, era kino tekiyinza kumanya gakolebwa nga bwetwagala, wabula 'n'amaanyi' mu kukkiriza.

Abantu bano ababala ebibala eby'Omwoyo Omutukuvu bwe basaba n'okukkiriza okufuna amaanyi agasingawo, Katonda ajja kubawa amaanyi n'obuyinza okuva waggulu. Ge maanyi ag'Ekigambo, era amaanyi agagobererwa obubonero n'ebyewuunyo.

Ne bwe tuba nga tetulina bukugu bwa kwogera bulungi, tujja kusobola okubuulira Ekigambo ekyo ekiyingira n'okwawula omwoyo n'emmeeme; ennyingo n'obusomyo; era ne kikyusa omutima bwe tufuna amaanyi ag'Ekigambo okuva eri Katonda. Tusobola okubasigamu okukkiriza era ne tubayamba okutambulira mu Kigambo kya Katonda.

Mu Yokaana 4:48 wasoma nti, "Awo Yesu n'amugamba nti, 'Bwe mutaliraba bubonero n'ebyamagero temulikkiriza n'akatono.'"

Okusobola okulokola emyoyo, tetulina kubeera na maanyi ga Kigambo gokka, wabula n'okulaga obubonero n'ebyewuunyo ebisobola okusimba okukkiriza mu bantu. Abantu ddala bajja kukkiriza bwe balaba obubonero n'ebyewuunyo n'obukakafu nti Katonda ali wamu naffe. Mu ngeri eno, basobola okuwangula ensi n'okutambulira mu Kigambo kya Katonda.

Bwe watabaawo bubonero na byewuunyo, kizibu n'okuba n'okukkiriza okutuufu n'okutambulira mu Kigambo. Kisobola kuzaala 'bagenzi ba ku kanisa' abalinga ebisusunku.

N'okukulaakulana kwa sayansi ne tekinologiya, kati twetaagira ddala obubonero n'ebyewuunyo n'okusinga bwe kyali kibadde, naye abantu abamu babuusabuusa nnyo bwe tugamba nti eriyo obubonero n'ebyamagero ebituukawo.

Naye abo abalina emitima emirungi bajja kukkiriza Yesu Kristo ng'omulokozi waabwe bwe balaba obubonero n'ebyewuunyo. Mu kiseera kya Yesu, ne leero, abo abatalina mutima mulungi bebakolokota emirimu egy'ewunyisa bwe gityo.

Mu kitabo eky'ebikolwa by'Abatume, tukiraba nti abatume baakola obubonero n'eby'amagero bingi mu bantu, era omuwendo gw'abakkiriza mu Mukama ne gugenda nga gweyongera (Ebikolwa 5:12-14). Era, oluvannyuma lw'okuzuukira n'okulinnya kwa Yesu Kristo mu ggulu, abayigirizwa baagendanga ebweru eyo ne babuulira buli wamu, nga Mukama akolera wamu n'abo, era n'akakasa Ekigambo n'obubonero obwagobereranga (Makko 16:19-20).

Nga bwe kiri waggulu, obwakabaka bwa Katonda si buli mu bigambo wabula mu maanyi. Amaanyi bwe galagibwa, okukkiriza okutuufu kuweebwa abantu, era basobola okunywera ku Kigambo eky'amazima era ne batambulira mu bulamu obw'obuwanguzi.

Mwagalako ki? Njije gye muli n'omuggo, oba mu kwagala ne mu mwoyo ogw'obuwombeefu (4:21)?

Wano, 'omuggo' kitegeeza ekibonerezo eky'okugunjula. Omutume Pawulo yalina obuyinza okubonereza abamu ku bakkiriza mu kanisa y'e Kkolinso, okubaggya mu bifo bye baalimu oba okubagoba mu kanisa. Kyali bwe kityo lwakuba ye yateekawo ekkanisa y'e Kkolinso era n'abazaala olw'enjiri.

Wadde Pawulo yali aweereza mu kifo kirala mu kiseera ekyo, yali akyasobola okubabonereza n'okubanenya. Ate ggwe olyotya? Oyagala kusisinkana Katonda kwagala era omugonvu, oba Katonda abonereza? Tetwandisisinkanye Katonda mu mbeera ng'alina okutubonereza!

Essuula 5

ESSOMO KU BWENZI

Engeri Ey'okukwatamu Embeera ey'Obwenzi

Muggyemu Ekizimbulukisa Eky'edda

Temwegattanga na Benzi

Engeri Ey'okukwatamu Embeera Ey'obwenzi

N'okugamba bagamba nga mu mmwe mulimu obwenzi, era obwenzi bwe butyo obutali ne mu B'amawanga, omuntu okubeera ne mukazi wa kitaawe. Nammwe mwegulumizizza, so temwanakuwala bunakuwazi, oyo eyakola ekikolwa ekyo alyoke aggibwe wakati mu mmwe. (5:1-2)

Omutume Pawulo yawulira nti mwalimu obwenzi mu bakkiriza mu Kkolinso. Obwenzi kitegeeza okwegatta n'omukazi oba omusajja okutali kutuufu. Bwenzi bwa kika obwali mu Kkanisa y'e Kkolinso Pawulo bwe yayogerako, "... obwenzi bwe butyo obutali ne mu B'amawanga"?

Waliwo eyali ayenze ku muka kitaawe. Wano, ebigambo 'muka wa kitaawe' kitegeeza nnyina omuto oba muganzi wa kitaawe we. Nga si ye nnyina amuzaala, naye ng'era abeera 'nnyina' kubanga abeera muka kitaawe. Olw'okuba waliwo eyakola ekintu nga kino, Pawulo yali agamba ekintu ng'ekyo tekikolebwa ne mu Bamawama.

Twalinako embeera bwetyo ne mu Ndagaano Enkadde. Lewubeeni bwe yeegatta n'omuzaana wa kitaawe, Bira, Yakobo n'akitegeera (Olubereberye 35:22). Yakobo bwe yali anaatera okufa, yayita batabani be ekkumi n'ababiri era Lewubeeni n'amugamba nti, "Omulebevu ng'amazzi tolisinga. Kubanga walinnya ku kitanda kya kitaawo; N'okigwagwawaza–yalinnya ku kiriri kyange" (Olubereberye 49:4).

Kituufu, ekintu kino kituukawo ne mu Bamawanga. Naye Pawulo yali abagamba nti Abamawanga tebasobola kukikola, nga agezaako okubalaga nti ekintu eky'ekika ekyo kyandibadde tekituukawo mu ba memba b'ekkanisa y'e Kkolinso.

Kiki ekyandibaddewo ekintu eky'ekika kino bwe kituukawo mu kanisa? Abo abagala Katonda era nga balina okukkiriza bajja kukungubaga nga bawulidde ensonga ng'eyo. Bajja kusaba era basiibe nga bagamba, "Katonda waffe, musaasire, era tukwagayiridde sonyiwa ekkanisa yaffe olw'okukuvvoola."

Naye ba memba b'ekkanisa y'e Kkolinso baali tebafaayo era tebaanakuwala olw'ebyali bigenda mumaaso. Tebalina kye baakola nga bakiwulidde nga balowooza muli nti tebibakwatako.

Pawulo kwe kubagamba, "Mwegulumizizza." Okwegulumiza ye muntu okuba n'endowooza nti wa waggulu nga kyeragira mu bantu abatafaayo ku bigenda mu maaso mu bulamu bw'alala. Abo abafunye Omwoyo Omutukuvu era nga bamanyi Ekigambo kya Katonda tebalina kweyisa ng'abatalina kye bamanyi.

Olwo, okwegulumiza okw'omwoyo kye ki? Bwe tuba twakakkiriza Mukama omulundi ogusoose era nga tujjudde Omwoyo Omutukuvu, ffenna tufuuka beetoowaze. Abakkiriza abaggya, bwe bajjula Omwoyo, babeera bawoombeefu eri buli muntu era babeera beebaza. Bagezaako okutegeera buli omu, n'abo aboogera n'abo obubi oba n'ebbogo. Buli omu babeera balaba nga asanyusa era nga wa mpisa.

Abantu bwe bajjula Omwoyo Omutukuvu mu ntandikwa, bafuuka bawoombeefu era banakuwala bwe babeera balaba ekintu kyonna ekivvoola Katonda. Naye bwe balowooza nti baliko we batuuse mu kuyimirira ku lwazi olw'okukkiriza, abantu abamu batandika okulowooza nti basingako ku balala olw'okuba basaba nnyo era nga bamanyi bulungi ekigambo kya Katonda.

Bwe bagenda beeyongera okwegulumiza, ebikolwa byabwe bwe bityo bikendeera okubeera eby'amazima. Babeera tebakyawulira kusinda okw'Omwoyo Omutukuvu mu bbo. Abalala ne bwe babeera nga be bavvodde Katonda oba okwonoona, bano babeera tebakyafaayo era tebannakuwala. Ow'oluganda mu kukkiriza bw'ayonoona, balowooza nti tebibakwatako. Tebaayo era bamanyi n'okumusalira omusango era ne bamukolokota. Bwe tubeera tetwegulumiza, buli nsonga yonna ekosa ekkanisa, tugitwala ng'etukwatako. Kale, ow'oluganda mu kukkiriza bw'ayonoona, tujja kukungubaga ne nnaku nnyingi nga gyoli ffe bennyini ffe twonoonye.

Ba memba b'ekkanisa y'e Kkolinso bwe bajjula okwegulumiza, tebaanakuwala wadde okukungubaga olw'ebintu ebyagendanga mu maaso mu kanisa wadde okubaako kye bakola okubikomya. Baali balowooza bulowooza nti, "bw'oba oyagala kwesuula mu kuzikirira olw'ebibi byo, ggwe amaanyi. Kasita nze ntambulira mu mazima."

Kubanga, nze bwe ssibaayo mu mubiri naye nga ndiyo mu mwoyo, mmaze okusalira omusango oyo, eyayonoona ekyo bw'atyo. (5:3)

Omutume Pawulo agamba yali "taliiwo mu mubiri kyokka nga waali mu mwoyo" n'abantu b'ekkanisa y'e Kkolinso. N'olwekyo, mu mwoyo yali yasalidde dda omusango omusajja eyeebaka ne muka kitaawe. Ebikolwa by'omuntu eyali akoze ekibi ng'ekyo tebirina kukkirizibwa n'akamu. Pawulo yali yasaze dda omusango nti omutima gw'omuntu oyo gwali mukakanyavu nnyo era nga gwali gwakugaanibwa Katonda.

Bwatyo, omutume Pawulo kwe kubalagira kiki kye balina okukola nga tebannagwirwa busungu bwa Katonda. Kwe kugamba, olw'okuba omuntu eyalina omutima ogulinga ogwo yali tasobola kwenenya asobole okukomawo, baalina okumuggya mu kkanisa.

Abamu bayinza okulowooza, "Bayibuli bw'eba etusomesa obutasalira bantu musango, lwaki Pawulo asalira omuntu omusango wano?" Kituufu, okusinziira ku Kigambo kya Katonda tetulina kusalira muntu yenna musango, naye waliwo abantu abalina ebisaanyizo okukikola.

Matayo 7:5 wagamba, "Munnanfuusi ggwe, sooka oggyeko enjaliiro ku liiso lyo ggwe, olyoke olabe bulungi okuggyako akantu ku liiso lya muganda wo."

Abo abegyeeko 'enjaliiro ku maaso gaabwe' kwe kugamba, abo abatambulira mu Kigambo eky'amazima mu bujjuvu, babeera basobola okulaba obuntu obuli ku maaso g'ab'oluganda abalala obulungi. Abo bokka abantu ab'omwoyo abasobodde okweggyako buli kika kya bubi be balina ebisaanyizo okusalira abalala omusango. Omutume Pawulo yali muntu atuuse ku ddaala eryo.

N'olwekyo, tetulina kutegeera bubi lunyiriri luno nga tulowooza nti naffe tusobola okusalira abantu abalala omusango nga Pawulo bwe yakola. Nga tetunnasalira balala musango, tulina okusooka okwetunulamu mu mbeera zonna, ne tweggyako buli kika kya bubi, era ne tutambulira mu Kigambo.

Abo bokka abasajja ab'omwoyo abawoombeefu, abajjudde okwagala, era nga basobola okunakuwalirako abalala, era nga bagala Katonda okusinga ekintu ekirala kyonna be balina ebisaanyizo okusalira abalala emisango.

Mu linnya lya Mukama waffe Yesu, mmwe nga mukung'aanye n'omwoyo awamu n'amaanyi ga Mukama waffe Yesu, okuwaayo ali bw'atyo eri Setaani omubiri okuzikirizibwa, omwoyo gulyoke gulokoke ku lunaku lwa Mukama waffe Yesu. (5:4-5)

Omutume Pawulo yali ku mutendedera ogw'omwoyo ogw'ebuziba, bwe yali awandiika ebitabo bino eby'Endagaano Empya, era yalina okwolesebwa okutaggwaayo okw'Omwoyo Omutukuvu. Olunyiriri 4 ne 5 zirina amakulu ag'ebuziba wamu n'amakulu ag'okungulu. Tulaba ebyawandiikibwa ebimu mu Bayibuli ebizibu okuvunula. Tetusobola kutegeera amakulu amatuufu ag'ebyawandiikibwa ng'eyo okujjako nga Katonda agatunyonnyodde okuyita mu Mwoyo Omutukuvu. Olwaleero, abantu bangi bavunula eby'awandiikibwa ng'ebyo n'amakulu ag'okungulu. Mu kukola ekyo, balowooza nti basobola okulokolebwa ne bwe bakola ebibi mu bugenderevu. Olwo, makulu ki ag'omwoyo agali mu nnyiriri 4 ne 5?

Bwe tuvvunula ebyawandiikibwa bino n'amakulu ag'okungulu, tuyinza okulowooza, nti "Bwe twonoona okumala ekiseera eky'obulamu bwaffe, tujja kuweebwayo eri Setaani okubonyaabonyezebwa olw'ekibi ekyo. Kyokka, bwe twenenya ne tukyuka era ne tukomawo, omubiri gwaffe gwokka gwe gujja okuzikirizibwa, omwoyo gwaffe gujja guba gukyasobola okulokolebwa Mukama bwanadda."

Naye Okubikkulirwa 3:5 wagamba, "Bwatyo awangula alyambazibwa engoye enjeru, so sirisangula n'akatono linnya lye mu kitabo ky'obulamu." Mukama agamba nti tajja kusangula linnya lye okuva mu kitabo ky'obulamu bwaliwangula. Kwe kugamba, bwatawangula, Mukama alisangula erinnya lye mu kitabo eky'obulamu. Era, tutegeere nti Omwoyo Omutukuvu asobola okuzikira nga 1 Abassaseloniika 5:19 bwe wagamba nti,

"Temuzikizanga Mwoyo."

Mu Bayibuli, era tusobola okumanya nti eriyo ebibi ebisobola okusonyiyibwa n'ebyo ebitasobola kusonyiyibwa. Abo abavvoola oba aboogera obubi ku Mwoyo Omutukuvu, oba abo abaloza ku kisa ky'eggulu, kyokka ne baddayo mu nsi n'okukola obubi tebasobola kulokolebwa. Katonda tajja kubawa mwoyo ow'okwenenya era tebasobola kusonyiyibwa bibi byabwe (Abaebbulaniya Essuula 6 & 10). Kale, tetulina kubeera nga tutegeera bubi ensonga z'obulokozi bwaffe.

Ekiddako omutume Pawulo agamba, "mmwe nga mukung'aanye n'omwoyo awamu n'amaanyi ga Mukama waffe Yesu." Kino kitegeeza nga tetunnasalawo kintu kyonna ekikwatagana ne Katonda, tulina okukung'ana mu linnya lya Yesu Kristo era ne tusalawo eky'okukola mu linnya Lye. Wadde ebirowoozo byaffe biyinza okuba ng'ebituufu, bibeera bikyamu bwe bibeera tebikwatagana na Kigambo kya Katonda. Amazima ga Katonda gokka ge matuufu, era kibeera kisaana bwe tubeera tusalawo ekintu, tusalirewo mu mazima ga Katonda.

N'olwekyo, olunyiriri 5 lutegeeza nti omutume Pawulo ne ba memba b'ekkanisa y'e Kkolinso nga bakung'anye mu mwoyo wansi w'erinnya lya Mukama Yesu, n'amaanyi ga Mukama Yesu baagoba mu kkanisa omuntu eyali alaze obwenzi obutagambika. Katonda atugamba okwagala abalabe baffe, olwo lwaki baamugoba mu kkanisa? Olaba omuntu okwenda ku muka kitaawe tekwaliyo ne mu Bamawanga, kale bwe kutyo kwali tekusobola kugumiikirizika mu kkanisa.

Omuntu atamanyi Kigambo kya Katonda ayinze okwonoona. Naye omuntu amanyi Ekigambo kya Katonda bwayonoona, tasobola kusonyiyibwa, kubanga omuntu ow'ekika kino mukakanyavu mu mutima nga kye kimulemesa okwenenya ebibi bye. Omuntu w'ekika kino bwabeeramu mu kanisa, ajja kukosa ba memba b'ekkanisa abalala. Bayinza okulowooza nti omuntu ow'ekika ekyo asobola okusonyiyibwa, bwe batyo n'abo ne bakola ebibi.

Bwe yawulira nti mu kkanisa ey'e Kkolinso waaliyo obwenzi obw'ekikula ekyo, omutume Pawulo n'ategeera nti bye yawulira byali bituufu. Bayibuli etugamba okuba n'abajulirwa babiri oba basatu okulumiriza ekibi ky'omuntu (Ekyamateeka olw'okubiri 19:15).

Tetusobola kusalira muntu yenna musango olw'okuba tulina bye tumuwuliddeko okuva ku muntu omu, kubanga eriyo abawaayiriza. Tulina okuba n'abajulirwa babiri oba basatu.

N'omutume Pawulo, teyawuliriza kuva eri omuntu omu, wabula yakakasa ensonga eno oluvannyuma lw'okuwulira okuva ku bantu abawera. Oluvannyumwa lw'ekyo olwo kwe kubasindikira obubaka nti bafulumye omwonoonyi oyo mu kkanisa kubanga omusajja oyo teyali wakwenenya era nga yali si wakusonyiyibwa.

Olwo, ba memba b'ekkanisa y'e Kkolinso kwe kutuula ne bagoba omuntu oyo eyali ayenze mu ngeri eno mu kkanisa, nga bakkiriza nti okwagala kw'omutume Pawulo kwali kwe kumu n'okwagala kwa Katonda.

Omuntu bw'agobebwa okuva mu kanisa mu mateeka, tewajja kuyita kiseera nga tannakwatibwa Setaani. Kiri bwe kityo lwakuba Matayo 18:18 wagamba, "Mazima mbagamba nti, byonna bye mulisiba ku nsi birisibwa mu ggulu, era byonna bye mulisumulula ku nsi, birisumululibwa mu ggulu."

Ekkanisa bwe yasalawo okugoba omuntu eyali yeenyigidde mu bwenzi obw'ekikula ekyo, yalekebwawo Katonda era n'aweebwayo eri Setaani.

Kale, tekitegeeza nti buli agobebwa mu kanisa alekebwawo olubeerera. Katugambe omuntu ayonoonye, ng'ekibi kye kisobola okusonyiyibwa era ng'asobola okwenenya n'akyuka. Naye ekkanisa n'ekola ensobi mu kusalawo n'emugoba. Mu mbeera eno, Katonda tasobola kumuleka.

Katonda yatusuubiza nti alitusonyiwa 'nsanvu emirundi musanvu,' bwe twenenya era ne tukyuka okubivaamu (Matayo 18:22). Era, Yagamba ne mu Zabuli 103:12, "Ebuvanjuba n'ebugwanjuba bwe biri ewala, bw'atyo bw'atutadde ewala ebyonoono byaffe."

N'olwekyo, omuntu bwayonoona, ekkanisa erina okumutegeera, emusonyiwe, era emusabire bw'aba asobola okwenenya n'akyuka okuva mu bibi bye.

Omubiri Kitegeeza Embala Ez'ekibi

Olunyiriri 5 lugamba, "okuwaayo ali bw'atyo eri Setaani omubiri okuzikirizibwa, omwoyo gulyoke gulokoke ku lunaku lwa Mukama waffe Yesu." Kino kitegeeza ki? Ekitundu ekisooka kitegeeza nti baagoba omuntu eyayenda, kyokka ekitundu ekisambayo bubaka obw'abaana ba Katonda, era nga tebukwatagana ku muntu ayenze.

N'olwekyo, tetulina kukwataganya ekitundu ekisembyeyo n'ekisoose mu lunyiriri. Kwe kugamba, nga tugamba nti Pawulo yawa Setaani omuntu eyali ayenze ku muka kitaawe nga kitegeeza nti yali ayagala okulokola omwoyo gw'abakkiriza b'ekkanisa y'e Kkolinso ku kujja kwa Mukama ogw'omulundi Ogw'okubiri, ng'ateeka omubiri gwabwe mu kufa.

Embala ey'ekibi, nga yeeyingira mu bantu okuyita mu mulabe setaani, yeegatta n'omubiri, era ekivaamu nakyo kiyitibwa 'mubiri'. Pawulo yawaayo omuntu eyali ayenze ku muka kitaawe eri Setaani okusobozesa abakkiriza b'ekkanisa y'e Kkolinso okusobola okwegirako ddala embala y'ekibi basobole okufuna 'obulokozi obutuukiridde' nga bafuuka abantu ab'omwoyo mu bujjjuvu.

Singa omuntu ow'ekikula ekyo yali tagobeddwa mu kkanisa, abakkiriza abalala bandikoze ebibi bye bimu, bwe batyo n'abo ne batuuka ku ssa ery'obutafuna bulokozi. Na bwe kityo, mu mbeera ng'eno ekkanisa erina okuggya omuntu ng'oyo mu kkanisa ba memba b'ekkanisa abalala basobole okutegeera nti n'abo basobola okugobebwa mu kanisa singa bakola ebibi ng'ebyo.

Muggyeemu Ekizimbulukusa Eky'edda

Okwenyumiriza kwammwe si kulungi, tetumanyi ng'ekizimbulukusa ekitono kuzimbulukusa ekitole kyonna? (5:6)

Pawulo agamba "Okwenyumiriza kwammwe si kulungi." Baali beenyumiriza mu ki?

Tukirabye nti abakkiriza mu Kkolinso tebaanakuwala wadde okukungubaga n'omu ku bbo be ne bwe yayenda mu ngeri embi bwetyo. Pawulo yagamba kuno kwali kwenyumiriza. So nga baasabanga Katonda nga bagamba, "Katonda, ono yakola ekibi ekitakolebwa na mu Bamawanga, kale nze nkwebaza era nkwagala nnyo era saakoze kibi ng'ekyo ng'ekigambo Kyo bwe kyogera."

Olwo, lwaki Pawulo yabanenya ng'agamba, "Okwenyumiriza kwammwe si kulungi."?

Ekisooka, lwakuba tetulina kuba na kya kwenyumirizaamu wano ku nsi.

Obulamu bwaffe bwa kaseera buseera era emibiri gyaffe gijja kuddayo mu nfuufu oluvannyuma lw'okufa. Yakobo 4:14-16 wagamba, "Naye nga temutegeera bya nkya. Obulamu bwammwe buli nga kiki? Muli lufu, olulabika akaseera akatono, ne lulyoka luggwaawo. We mwandyogeredde nti Mukama waffe bw'ayagala, tuliba balamu, era tulikola bwe tuti oba bwe tuti. Naye kaakano mwenyumiriza mu kwekulumbaza kwammwe; okwenyumiriza kwonna okuli bwe kutyo kubi."

Ne bwe tubeera tetwonoonye wadde n'akatono era nga tutambulira mu Kigambo kya Katonda, tetusobola kwenyumiriza nti tetulina kibi wadde. Kino kisoboka lw'amaanyi ga Katonda gokka, si lwa maanyi gaffe.

Naye abakkiriza mu kkanisa y'e Kkolinso baali tebasobola na kugoba muntu eyali ayenze mu bo kyokka nga bakola gwa kwenyumiriza nga gyoli batukuvu, kubanga baali beenyumiriza. Pawulo agamba tekyali kirungi kubanga baali beenyumiriza olw'okulaba ekitiibwa kya Katonda nga kityoboolebwa.

Eky'okubiri, kiri bwe kityo lwakuba ekizimbulukusa ekitono kuzimbulukusa ekitole kyonna.

Wano, 'ekizimbulukusa' mu mwoyo kitegeeza ebibi. Bayibuli ewandiika ku bika by'ebibi bingi gamba nga, obukyayi, obuggya, obusungu, n'ebirala. Bwe tugeraageranya obwenzi n'ekizimbulukusa ekitono tekitegeeza nti ekibi ekyo kyali kitono. Kitegeeza nti obwenzi kyali kimu ku bika by'ebibi ebingi. 'Ekitole kyonna' kitegeeza ekibiina ky'ekkanisa yonna ey'e Kkolinso. Pawulo bwe yagamba, "temumanyi nga ekizimbulukusa ekitono kizimbulukusa ekitole kyonna?" Yali ategeeza nti abakkiriza mu kkanisa y'e Kkolinso baali kati mu kwenyumiriza nti batambulira mu mazima nga bakolokota omuntu ayonoonye, naye nga amazima gali nti, baali bajja kumaliriza nga n'abo bafunye emirimu gya Setaani singa baali bakkiriza omuntu oyo. Yensonga lwaki Pawulo yagamba nti okwenyumiriza kwabwe tekwali kutuufu.

Waliwo abantu abatasobola kukuuma mutima gwabwe olw'embeera ebeetoolodde.

Abaana abo abalaba kitaabwe ng'anywa buli lunaku n'okweyagalira mu bulamu bw'ensi eno batera okulowooza nti tebajja kufuuka nga kitaabwe. Naye ebiseera ebisinga obungi bakola kye kimu oba n'ebisingawo obubi nga bakuze.

Ba memba b'ekkanisa y'e Kkolinso n'abo baali basobola okukemebwa ne bakola ebibi singa baali bakkirizza omuntu eyayonoona. Bandibadde bagwa mu bibi ebiri ku mutendera ogw'ebuziba singa baatandika okulowooza ebintu nga, "Olaba oli yakola ekyo kyonna ne batamufaako, ndowooza ne bwe nkola kano akatono, tewajja kubeera buzibu."

N'okwekyo, omuntu bwayonoona, tulina okukwata ensonga eyo mu bwangu. Bwe tugitunuulira obutunuulizi, nga ekizimbulukusa ekitono bwe kyonoona ekitole kyonna, omuwendo gw'abo ab'onoona gujja kugenda gweyongera mangu era ekinaavaamu ekibiina kyonna kyonooneke.

Muggyeemu ekizimbulukusa eky'edda, mulyoke mubeere ekitole ekiggya, nga temuliimu kizimbulukusa. Kubanga era n'Okuyitako kwaffe kwattibwa, ye Kristo. (5:7)

Omutume Pawulo yawa abakkiriza mu kkanisa y'e Kkolinso amagezi ng'abagamba nti baali ekitole omutali kizimbulukusa, kubanga baali bakkiriza Yesu Kristo era nga baasonyiyibwa ebibi. Wano, 'ekitaliimu kizimbulukusa' kitegeeza 'Abaana ba Katonda abatalina kibi'.

Ne bwe tukkiriza Yesu Kristo era ne tufuna okusonyiyibwa kw'ebibi, tulina okweggyamu ekizimbulukusa eky'edda okusobola okufuuka abantu abaggya. Wano, 'ekizimbulukusa eky'edda' kitegeeza ebibi ebya buli kika n'obubi, ebirowoozo ebikontana n'amazima, n'emize gyonna. Pawulo atugamba nti tulina okweggyamu ekizimbulukusa eky'edda okusobola okufuuka abantu abaggya.

Pawulo ayongera n'agamba nti, "Kubanga era n'Okuyitako kwaffe kwattibwa, ye Kristo." Okuyitako kye Kijjulo okujjukiranga nti Katonda yalokola abaana ba Isiraeri bwe yateeka ku ba Misiri ekibonerezo ky'okufa kw'ebibereberye ebisajja byonna (Okuva 12:12). Abaana ab'obulenzi ababereberye aba Isiraeri batta endiga, ne bateeka omusaayi gwazo ku nzigi ne ku myango, era ne balya mu bwangu ennyama n'enva endiirwa n'omugaati ogutali muzimbulukuse munda mu nnyumba okusobola okwewala ekibonoobono ekyo. Endiga kitegeeza Yesu Kristo, 'omusaayi' gwe musaayi gwa Mukama ogw'omuwendo. Kwe kugamba nti, 'n'Okuyitako kwaffe kwattibwa, ye Kristo' kitegeeza Yesu Kristo yafuuka ssaddaaka etangirira okutulokola. Yesu Kristo Yeesaddaaka ku musaalaba okutununula mu bibi, era tetusobola kulokolebwa bwe tugenda mu maaso n'okutambulira mu bibi. Eno yensonga lwaki baalina okwegobako omuntu eyayonoona mu bugenderevu ng'ayenda mu kanisa.

Kale tufumbe embaga, si na kizimbulukusa eky'edda, newakubadde n'ekizimbulukusa eky'ettima n'obubi, wabula n'ebitazimbulukuswa eby'obutali bukuusa n'amazima. (5:8)

'Embaga' wano kitegeeza embaga ey'okuyitako. Era olwaleero, tutwala mu maaso amakulu ag'omwoyo ag'okujjukira embaga ey'okuyitako nga tukuza Amazuukira. Lwe lunaku olw'okukuza ensonga y'okuba nti Yesu yayiwa omusaayi Gwe ku musalaba era n'amenya obuyinza bw'okufa okuyita mu kuzuukira Kwe. Yesu Kristo ye Mukama wa Ssabbiiti, era 'embaga' wano kitegeeza twogera ku Sande zonna, si Mazuukira gokka (Matayo 12:8).

Bwe tuba tunaakuza embaga ng'ezo, tulina okweggyako ekizimbulukusa eky'edda n'emitima emibi, era tutambulire mu bulamu obutukuziddwa era obutuukirivu. Nga kitegeeza, tulina okusinza mu mwoyo n'amazima (Yokaana 4:24). Ettima kw'ekuba n'ekigendererwa eky'okukola ekintu ekibi okusobola okukosa omuntu. Obubi kye kintu ekibi ddala, nga kijjudde ebibi. Nga tetunnasinza Katonda, tulina okusooka okutunula mu bulamu bwaffe okulaba oba nga tulina ekibi kyonna kye tukoze. Bwe tuba twonoonye, tulina okusooka okukyenenya tusobole okubeera n'omutima omutuufu ogw'okusinza.

Ebibi eby'ettima bye bibi ebitakkirizibwa. Olumu tulaba abantu abakola ebibi ebyo. Naye bwe beenenyeza ddala era ne bakyuka okubivaamu, Katonda abasaasira era ne bakyuka okufuuka abantu abeesigwa era ab'amazima.

Era, Pawulo n'agamba, "Kale tufumbe embaga ... wabula n'ebitazimbulukuswa eby'obutali bukuusa n'amazima." Yesu yagamba, "Nze mmere ey'obulamu." ne "Nze mmere ennamu eyava mu ggulu," (Yokaana 6:48-51).

Annyonnyola nti tusobola okukwata ekkubo ery'obulamu bwe tuwaayo eri Katonda ssaddaaka ennamu mu mwoyo n'amazima, n'omutima omutukuvu era ogw'amazima oluvannyuma lw'okweggyamu ekizimbulukusa eky'edda.

Temwegattanga na Benzi

Nnabawandiikira mu bbaluwa yange obuteegattanga na benzi; so si kwewalira ddala abenzi ab'omu nsi muno, oba abeegombi n'abanyazi, oba abasinza ebifaananyi, kubanga bwe kiba kityo kyandibagwanidde okuva mu nsi. (5:9-10)

Pawulo yawandiika ebbaluwa y'emu bweti n'agisindikira ekkanisa endala nnyingi. Yali alabula ba memba b'ekkanisa endala obuteegattanga na benzi. Tulina okutegeera ekika ky'endowooza ekkanisa ze zirina okulaga eri abo abenzi mu kanisa.

Pawulo awa abakkiriza amagezi mu 2 Basessaloniika 3:6, "Era tubalagira, ab'oluganda mu linnya lya Mukama waffe Yesu Kristo, mweyawulenga eri buli ow'oluganda atatambula bulungi, newakubadde mu mpisa ze baaweebwa ffe," era ayongerayo mu Lunyiriri 14-15, "Era omuntu yenna bw'atagonderanga kigambo kyaffe mu bbaluwa eno, oyo mumwetegerezanga, so temwegattanga naye. So temumulowoozanga nga mulabe, naye mumubuuliriranga ng'ow'oluganda."

Ebigambo byonna ebyawandiikibwa mu mabaluwa, Bigambo bya Katonda. Bwatyo, Pawulo n'abagamba obuteegattanga n'abo abajeemera ebigambo ebyo. Olwo nno basobole okuswazibwa.

Abo abaswazibwa bwe babeeramu okukkiriza ne bwe kubeera kutono kutya, bajja kwenenya era bagezeeko okuggya mu b'oluganda mu kukkiriza nate, nga bakitegedde nti ab'oluganda abalala babeewala olw'ebibi byabwe.

Okwawukana kwekyo, bwe babeera tebalina kukkiriza kwa kika ekyo, bajja kuva mu kkanisa nga balowooza nti kasita eriyo ekkanisa endala nnyingi. Naye abo abakkiririza ddala mu Katonda tebajja kweyisa mu ngeri eno.

N'olwekyo, bwagamba "oyo mumwetegerezanga, so temwegattanga naye, asobole okuswala," yali ngeri eganya ab'onoonyi okwenenya, so si ku bakyawa. Mujjukirenga nti ba memba b'ekkanisa bwe babeeyawulako, omu ku mikwano gyabwe naye alina okubawa amagezi okuva mu kibi.

Kati, katwogere ku bika by'obwenzi ebiriyo.

Ekisooka, bwe Bw'ensi Obw'okungulu.

Omuntu omufumbo bwe yeegatta mu mukwano n'omuntu atali bba oba mukyala we, oba omuntu atannafumbirwa oba okuwasa bwe babeera mu kikolwa eky'okwegatta, buno bubeera 'bwenzi'.

Bino bibi mu maaso ga Katonda. So nga eyinza okubaayo

abafumbo abataasobola kugattibwa olw'ensonga ezitali zimu, abo tetugamba nti b'onoonye kubanga abantu babeera babamanyi nga omwami n'omukyala. Naye nga kyandibadde kirungi ne bagattibwa okusobola okutongozebwa.

Eky'okubiri, obwenzi obw'omwoyo.

Katonda yatuwa obulamu. Era Katonda ye yakola enkwaso y'omusajja n'eggi ly'omukazi. Ye yazaala omwoyo gwaffe, era ye Kitaffe oyo atulung'amya eri obulamu obutagwaawo era ajja kubeera naffe olubeerera mu bwakabaka obw'omu Ggulu.

N'olwekyo buvunaanyizibwa bw'omuntu okwagala Katonda mu kifo ekisooka. Naye bwe baagala ennyo omuntu omulala oba ekintu okusinga Katonda, buno bwenzi obw'omwoyo.

Eky'okulabirako, omuntu bwayagala nnyo bazadde be, mukyala we, oba abaana, oba okwagala ennyo etutumu ery'ensi eno, amaanyi mu bantu, amagezi, sente, oba amasanyu g'ensi eno okusinga Katonda, bubeera bwenzi obw'omwoyo.

Eky'okusatu, obw'enzi obw'omu mutima.

Yesu yagamba mu Matayo 5:27-28, "Mwawulira bwe baagambibwa nti 'Toyendanga'; naye nange mbagamba nti buli muntu atunuulira omukazi okumwegomba, ng'amaze okumwendako mu mutima gwe."

Mu Ndagaano Enkadde, kyatwalibwanga nti kibi singa omuntu yakolanga obwenzi mu kikolwa. Naye mu Ndagaano Empya, lwaki kitwalibwa ng'ekibi n'ebwekibeera bubeezi mu mutima?

Mu kiseera ky'Endagaano Enkadde, baalina okuwangula ebibi n'amaanyi gaabwe, nga n'olwekyo tekyalinga kibi okujjako nga kiteereddwa mu nkola. Naye mu biseera by'Endagaano Empya, tusobola okufuga omutima gwaffe nga tuyambibwako Omwoyo Omutukuvu, kale, si bikolwa byaffe byokka wabula n'okuba n'ebirowoozo ebibi mu mutima gwaffe, kitwalibwa nga kibi. Olw'okuba Omwoyo Omutukuvu atuula mu ffe, tusobola okufuna amaanyi okuva waggulu okuyita mu kusaba era tusobola okufuga omutima gwaffe era ne tweggyako ebibi ebyo n'amaanyi ago. Kwe kugamba, tusobola okukomola omutima gwaffe. Mu ngeri eno tusobola okubeera n'emitima emiyonjo era emitukuvu.

Mu kiseera ky'Endagaano Enkadde, baalinanga kubeera na bikolwa nga bitukuvu, naye mu kiseera ky'Endagaano Empya, tulina kubeera na butuukirivu obw'omu mutima. Katonda agamba nti tukyali b'onoonyi emitima gyaffe bwe gibeera si miyonjo, ne bwe tuba nga kungulu tulina ebikolwa eby'obutuukirivu.

Tuyinza tutya okweggyako ebirowoozo eby'obwenzi?

Bwe tukkiririza mu maanyi ga Katonda era ne tunyiikira okusaba, Omwoyo Omutukuvu ajja kutugyamu okwegomba kwaffe okw'okwenda mu mutima, era ekinaavaamu tetujja kuddamu kusiikuuka mutima. Emitendera gino mw'olina okuyita okweggyako ebirowoozo eby'obwenzi.

Essomo ku Bwenzi

Omutendera ogusooka, gwe mutendera, ogulimu okunyiikira mu kusaba, okusobola okumenyaamenya ebirowoozo eby'omutima omwenzi ebijja mu mutima gwaffe okuyita mu birowoozo. N'omukazi alina omwami we ayinza okwenda mu mutima bw'alaba omusajja omulungi. Omusajja alina mukyala we asobola okwenda mu mutima bw'alaba omukazi omulungi, ekifaananyi eky'omukazi ali obukunya oba okulaba embeera erimu okwegatta.

Wadde tebenze mu bikolwa, olwo balina kukola batya, ebirowoozo eby'ekika ekyo bwe bijja mu mutima gwabwe? Balina okukkiririza mu maanyi ga Katonda era banyiikire okusaba obutalekaayo. Era ekinaavaamu bajja kusobola okuziyiza ebirowoozo eby'ekika ekyo bwe banaagenda mu maaso n'okusaba nti, "Katonda, mpa amaanyi nneme okubeera n'ebirowoozo eby'obwenzi mu mutima gwange. Nnyamba nsobole okufuga n'okuziyiza ebirowoozo byange."

Kituufu, okusaba tekumalawo byonna. Balina okugezaako obutaba na birowoozo eby'ekika ekyo eby'obwenzi. Tujja kusobola okufuga ebirowoozo byaffe okuyita mu kisa kya Katonda n'okuyambibwako Omwoyo Omutukuvu bwe tusabira amaanyi ga Katonda mu ngeri eno.

Omutendera ogw'okubiri gukwata ku ky'okuba nga tusobola okwefuga mu mutima gwaffe.

Mu mutendera guno, ne bwe tulaba embeera ezirimu obwenzi, tetubeera na birowoozo bya bwenzi, bwe tusalawo obutabeera na birowoozo bya kika ekyo. Olw'okuba tetulina birowoozo bya bwenzi, tetujja kubeera na mutima mwenzi. Obwenzi mu mutima bujja gye tuli okuyita mu birowoozo wamu ne kye tuwulira. Naye bwe tuziba ebirowoozo bino, ebirowoozo bino ebibi tebiyinza kujja gye tuli.

Omutendera ogw'okusatu gwe mutendera nga tetukyalina mu ffe birowoozo bya kika ekyo ne bwe tulaba ki.

Mu mutendera guno, ebirowoozo byaffe tebisiikuuka wadde okubeera ku bunkeeke, bye tulaba ne bwe bibeera bya kikaba nnyo. N'olwekyo, tetujja kubeera na mutima mwenzi. Eyo gye tulinnyira bbaasi oba takisi, tuyinza okugwa ku bantu eyo nga tetugenderedde. Naye ne bwe tubalaba, tetujja kufuna birowoozo oba omutima omwenzi. Ku mutendera guno obwenzi bwe nnyini tebulina kye buyinza kutukolako nga tebukyatuyinza.

Omutendera ogw'okuna, gwe mutendera nga tetuyinza kulowooza ku bintu ng'ebyo ne bwe tubeera tugezaako okukikola.

Mu mutendera guno, tetuyinza kubeera na mutima mwenzi ne bwe tugezaako okukikola. Buli ssaawa tubeera nga tujjuziddwa Omwoyo Omutukuvu engeri gye tubeera nga tetukyalina birowoozo birala byonna eby'ekika ekyo.

Mweyawule ku Nsi

Olunyiriri 10 lugamba, "so si kwewalira ddala abenzi ab'omu nsi muno, oba abeegombi n'abanyazi, oba abasinza ebifaananyi,

kubanga bwe kiba kityo kyandibagwanidde okuva mu nsi"
Pawulo agamba tebalina kwewalira ddala abenzi ab'omu nsi muno, oba abeegombi n'abanyazi, oba abasinza ebifaananyi, olw'okuba tebatambulira mu Kigambo kya Katonda.

Singa baali bakwewala abantu ng'abo ab'ensi, bandibadde balina okuva mu nsi, ekitegeeza nti, wandibaddewo Ggulu lyokka na Ggeyeena. Tulina okubeera mu bantu eb'ensi eno n'okubakoleramu bwe tubeera mu nsi eno, tusobole okubaleeta eri Kristo.

Kyokka waliwo ebiseera bwe tilina okubeera nga tubeewala, wadde nga tuli mu nsi muno. Naye watya nga abenzi, abeegombi, abanyazi, oba abasinza ebifaananyi mikwano gyaffe?

Bayinza okubeera mikwano gyaffe era ne twogera n'abo okubategeeza ku Katonda. Naye bwe tuba nga tugenda kwonoonebwa olw'okubeera n'abo nga bakola ebikolwa byabwe eby'obwenzi, obunyazi, n'okusinza ebifaananyi, olwo tulina okubeewala mu kiseera ekyo. Mu ngeri eno, tetujja kubagoberera nga bakola ebintu byabwe ebitali bya butuukirivu.

Katugambe omwana wo alina mikwano gye abamuleetera okukola ebyo ebitali birungi. Obeera oyagala omwana wo abaawukaneko. Mu ngeri y'emu, Katonda atugamba okwewala abantu ng'abo bwe tuba nga twandigoberera ebikolwa byabwe.

Watya mukwano gwo n'akugamba okugenda naye mu kifo ekirimu eby'obukaba? Onoogenda naye olw'okuba mukwano gwo? Eky'amazima, tulina okubigaana ebyo. Bw'oba tosobola kumuggya mu kwonoona, naye olina okumwewala.

Naye bwe tubeera tusobola okukuuma omutima gwaffe n'ebirowoozo nga tuyimiridde ku lwazi olw'okukkiriza era nga tetujja kukemebwa kintu kyonna, olwo nno, ne bwe tutabeewala.

Okwegomba kwe kubeera n'omululu. Ekikolwa kyonna ekirimu okweyagaliza ekitali kikyo kikolwala kya kwegomba. Eky'okulabirako, omuntu bwakyalira muliraanwa we n'alabayo ekintu ekirungi naye kyayagala. Wadde embeera gyalimu emwetaaza okukekereza sente, kyokka n'atakifaako ekyo, wabula n'agenda mu maaso n'okukigula. Eky'okulabirako ekirala ye muntu atalekerawo kulya wadde ng'akkuse.

Obunyazi kwe kutwala sente oba ekintu mu ngeri ey'obukalabakalaba. Muno mwe muli n'okuggya ku muntu amagoba agayitiridde, okutwala ekintu olw'empaka, n'okugezaako okufuna ekingi kyokka nga wakoze kitono.

Okusinza ebifaananyi kwe kukola ekifaananyi ky'omusajja, omukazi, ebisolo, oba ebitonde eby'omubbanga mu mbaawo, amayinja, ebyuma, zaabu oba feeza, okubisinza nga katonda.

Ekyamateeka olw'okubiri 4:23 wagamba, "Mwekuume mulemenga okwerabira endagaano ya Mukama Katonda wammwe, gye yalagaana nammwe, ne mwekolera ekifaananyi ekyole nga kirina engeri y'ekintu kyonna, MUKAMA Katonda wo kye yakugaana." Ekibajje ekitalina bulamu tekirina makulu era tekirina maanyi ne bw'okola otya. Kijja kukuviirako obuzibu olw'okusinza ekintu ekirala kyonna atali Katonda omu yekka era Omutonzi.

Naye kaakano, Mbawandiikira obuteegattanga naye, omuntu yenna ayitibwa ow'oluganda bw'aba nga mwenzi, oba omwegombi, oba asinza ebifaananyi oba omuvumi oba mutamiivu, oba munyazi, ali bwatyo n'okulya temulyanga naye. (5:11)

'Ow'oluganda' kitegeeza ow'oluganda mu kukkiriza. Omukristaayo bw'aba mwenzi, oba omwegombi, oba asinza ebifaananyi oba omuvumi oba omutamiivu, Katonda atugamba, n'okulya obutalya naye.

Okubeera omunyazi, kwe kwagala okuyitiridde okw'ebintu eby'omuntu omulala. Era kitegeeza omuntu ayagala ennyo okulya oba eby'obugagga. Omuvimi ye muntu akozesa olulimi olubi ennyo ng'ebigambo tebiyisika mu kamwa.

Wano, "n'okulya temulyanga naye" tekitegeeza nti tetulina kulya oba okukolagana n'omuntu ow'ekika ekyo mu kkanisa. Olwo kibeera kitegeeza nti mu kanisa temuliimu kwagala. Kyokka olunyiriri luno lutegeeza nti tetugobereranga bikolwa byabwe ebibi.

N'ayogedde engeri gye tulina okweyisaamu eri abatakkiriza, era nga yengeri y'emu gye tulina okweyisaamu n'eri ab'oluganda mu kukkiriza. Bwe tubeera n'okukkiriza okunafu, tulina okwewala abantu ab'onoonyi, kubanga bayinza okutukosa era mu bunafu tuyinza naffe okwonoona wamu n'abo. Naye bwe tubeera tuyimiridde ku lwazi olw'okukkiriza, Tetulina kubeewala. Tusobola okubawabula mu kwagala olw'okwagala beenenye, oba okubalung'amya batambulire mu mazima nga tusiga okukkiriza mu bo.

Kubanga nfaayo ki okusalira omusango abali ebweru? Mmwe temusalira musango ba munju? Naye ab'ebweru Katonda ye abasalira omusango. Omubi oyo mumuggye mu mmwe. (5:12-13)

Okusala omusango kwe kusalawo ensonga oba ntuufu oba nkyamu okusinziira ku mazima. Kyokka kino kyawukana ku Bayibuli kyetugaana okusala emisango. Kino kitegeeza nti tetulina kusalira bantu musango ku nsonga ezitamanyiddwa bulungi. Katonda yekka yamanyi emitima gy'abantu, era okusala emisango okwekika ekyo kusobola okufuuka ekisenge ky'ebibi wakati waffe ne Katonda.

Naye tusobola okutegeera oba nga abantu b'ensi eno, abatakkiriza batuufu oba bakyamu okusinziira ku mazima. Bwe babeera benzi, oba abeegombi, oba abasinza ebifaananyi oba abavumi oba abatamiivu, oba abanyazi, tukitegeera nti bakontana n'amazima. Naye tetulina kubasalira musango kubanga Katonda yalibasalira omusango okusinziira ku kwagala Kwe.

Abatali bakkiriza nga batamiivu, tetulina kubagamba bintu nga, "Lwaki onywa nnyo omwenge? Vva ku mwenge otambulire mu mazima!" Katonda yajja okubasalira omusango, si ffe abalina okukikola.

Naye watya ow'oluganda mu kukkiriza agenze ku musawo ow'ekinnansi. Olwo tuba tukimanya nti asinzizza bakatonda abalala kubanga talina kukkiriza. Yandisabye Katonda n'afuna okuddibwamu okuva Gyali, kyokka yagenze kukisaba dayimooni. N'olwekyo, tetuyinza kugamba nti alina okukkiriza.

Tusobola okutegeera embeera eyo nga tusinziira ku mazima.

Omubi oyo mumuggye mu mmwe

Olunyiriri 13 lugamba, "Omubi oyo mumuggye mu mmwe." Olunyiriri 11, Lutugaana okwesembereza wadde okulya n'abo, naye wano, watugamba okubaggya mu ffe.

Kiki ekinaava mu kweggyako ab'oluganda mu kukkiriza abenzi, oba abeegombi, oba abasinza ebifaananyi oba abavumi oba abatamiivu, oba abanyazi? Ekkanisa tesobola kubawa buvunaanyizibwa bwonna wadde ekifo, era ne bamemba b'ekkanisa tebajja kuwulira bulungi nga bakolagana n'abo. Era ekinaava mwekyo, bajja kubeera nga bawulira ng'abalekeddwawo ne mu kkanisa.

Mu mbeera ng'eno, gubeera mukisa bwe beenenya era ne bakyusa. Kyokka bwe beemulugunya era ne boongera kwonoona, n'omutima gwabwe nagwo gujja kusirizibwa. Era ekinaavaamu, tewali mazima gajja kusobola kubayingira, era nga bwe kyanyonyoddwa mu lunyiriri 1, basobola okukola ebibi ebitasonyiyibwa gamba nga okwegatte n'abakyala ba bakitaabwe.

Abo abaatuuka edda ku mutendera ogwo ogw'ebibi nga omuntu tasobola kukyusa, babeera n'omutima omukakanyavu era tebasobola kwenenya. Yensonga lwaki Bayibuli etugamba okubaggya mu kkanisa. Ekitali ekyo, bajja kufuuka ekizimbulukusa eky'edda era bakose abakkiriza.

Matayo 18:15-17 wagamba, "Muganda wo bw'akukola

obubi, genda, omubuulirire gwe naye mwekka, bwakuwulira, ng'ofunye muganda wo. naye bwatawulira, twala omulala naawe oba babiri era mu kamwa k'abajulirwa ababiri oba basatu buli kigambo kikakate. Era bwagaana okuwulira abo, buulira ekkanisa, era bwagaana okuwulira n'ekkanisa, abeere gyoli nga munnaggwanga era omuwooza. Mazima mbagamba nti Byonna bye mulisiba ku nsi birisibibwa mu ggulu. era byonna bye mulisumulula ku nsi birisumululibwa mu ggulu."

Ebyawandiikibwa bino bitutegeeza, nti ow'oluganda bwayonoona, tetulina kubitambuza mu bantu balala, wabula omuntu oyo amulabye asooke agenda gyali ayogeremu naye nga ye, okutambulira mu Kigambo kya Katonda. Eky'omukisa ow'oluganda bwamuwuliriza ne yeenenya, kitegeeza nti tufunye ow'oluganda kubanga ajja kulokolebwa.

Bwatawuliriza magezi muntu gamuwadde, olwo nno, tulina okwongera ku muwendo gw'abo abanaayogera naye era nga bali ku ddaala lya wugguluko mu mwoyo okumuwa amagezi. Tulina okumuyamba okutegeera nti kyakola kibi era alina okukyuka okudda mu kkubo erya Katonda, era omuntu omu oba babiri oba basatu balina okubeera abajulirwa. Era bwagaana okuwuliriza, ekkanisa erina okumanyisibwa.

Bwatawuliriza n'omusumba w'ekkanisa obo omuntu ali ku ddaala erimu naye, olwo nno, tulina okumutwala nga 'munnaggwanga' oba 'omuwooza'. Mu makulu gano munnaggwanga ye muntu atakkiririza mu Katonda, n'omuwooza baatwalibwanga ng'ab'onoonyi. N'olwekyo kino kirimu amakulu agagenderedde okulaga nti omuntu oyo tulina okumutwala ng'omwonoonyi.

Olunyiriri 18 lugamba, "Byonna bye mulisiba ku nsi birisibibwa mu ggulu, era byonna bye mulisumulula ku nsi birisumululibwa mu ggulu." Akiikiridde ekkanisa bw'amuwabula, bwakyuka, ne Katonda anaamukkiriza. Ekitali ekyo, ajja kuweebwayo eri Setaani. N'olwekyo, akiikiridde ekkanisa alina okubeera n'okwagala okugumiikiriza n'okusaba wamu naye okutuuka ku kumaliriza.

Naye olunyiriri luno terutuukira kw'abo abaakakkiriza Mukama. Abo abaakatandika okujja mu kanisa babeera tebannategeerera ddala Kigambo kya Katonda. Tebamanyi na kibi kye ki. Ne bwe babeera bamanyi, babeera tebannafuna maanyi okutambulira mu Kigambo.

Kale, tetulina kulowooza nti tulina okubeewala olw'okuba bakyayonoona, wabula tulina okubasimbamu okukkiriza tubasobozese okweyongera okujja eri amazima.

Naye abo abalina okukkiriza era nga balina n'obuvunaanyizibwa mu kanisa bwe bakola ebibi eby'amaanyi ng'ebyo, tetulina kubeesembereza.

Essuula 6

OKUSALA EMISANGO WAKATI W'ABAKKIRIZA

Ebizibu Wakati wa Bamemba B'ekkanisa

Abatukuvu Balisalira Ensi Omusango

Okubakwasa Ensonyi

Ebibi Ebiviirako Okufa

Tulina Kubeera Balamu ku Bw'Ani?

Amakulu Ag'omwoyo Ag'obwamalaaya

Ebizibu Wakati wa Bamemba B'ekkanisa

Omuntu yenna ku mmwe bw'aba n'ekigambo ku munne, ayang'anga okuwoleza ensonga abatali batuukirivu, so si eri abatukuvu? (6:1)

Mu ssuula 6, Pawulo awandiika ku kwagala kwa Katonda ku kikwatagana ku nsonga z'ab'oluganda mu kukkiriza okusoowagana era n'annyonyola engeri y'okugonjoolamu ebizibu ebibalukawo mu kkanisa.

Tusobola okufuuka abantu abatali 'batuukirivu' nga Pawulo bwe yayogedde era ne tutafuna bulokozi bwe tutategeera bulungi kwagala kwa Katonda bwe kituuka ku nsonga z'okuwoza emisango mu kkooti. Abamu bayinza okulowooza tebajja kwesanga mu kusoowagana n'abantu b'ekkanisa kubanga Bakristaayo abeesigwa.

Wabula wadde guli gutyo, tulina okuba nga tusobola okuwa eky'okuddamu ekituufu ekikwatagana n'amazima abakkiriza abaggya oba ab'oluganda abalala mu kukkiriza bwe babeera batwebuuzaako okubawa ku magezi agakwata ku misango okugiwoza mu kkooti.

Mu lunyiriri 1 olw'essuula 6 tusobola okukiraba nti waaliwo emisango egyatwalibwa mu kkooti wakati w'ab'oluganda mu kukkiriza ab'ekkanisa y'e Kkanisa. Omukkiriza yali akubye ow'oluganda mu kukkiriza mu mbuga z'amateeka nga zitutte eri abatali batuukirivu.

Ekigambo 'Abatali batuukirivu' kitegeeza abantu ab'ensi abatamanyi mazima era abatatambulira mu Kigambo kya Katonda. Kiyinza n'okutegeeza ba memba b'ekkanisa ababuusabuusa Ekigambo kya Katonda era abatakitambuliramu n'abo babeera 'batali batuukirivu'.

Kale, bwe tugenda eri omuntu mu kkanisa ow'ekika ekyo n'ekizibu, kiba kye kimu ng'okugenda eri abatakkiriza abatali batuukirivu okugonjoola ekizibu kyaffe. Ekyo tekiba kintu kituufu okukola. Tekiba kirungi ffe okukuba ab'oluganda mu kukkiriza mu mbuga z'amateeka ez'ensi.

Enkola y'amateeka ag'ensi tesobola kubeera nga bwe kiri ku mateeka ga Katonda agaawandiikibwa mu Bayibuli. Katonda atugamba twagale abalabe baffe, abantu abalala tubatwale nga batusingako, era tweteeke mu bigere by'abantu abalala era tubasonyiwe. Era gatugamba nti 'tuliyimusibwa bwe tuweereza abalala' nti era tujja kuwangula bwe tusalawo okufiirwa.'

Ekigambo kya Katonda kyokka ge mazima agatakyukakyuka, era tusobola okutambulira mu bulamu obusanyufu bwe tukitambuliramu. Naye abantu bangi bagaana okutambulira mu Kigambo kya Katonda ne bagoberera okwagala kwabwe.

Era amateeka ag'ensi n'amateeka ga Katonda si bye bimu. N'olwekyo, nga kiba kya busirusiru abakkiriza okwesigama ku mateeka ag'ensi ne bateesigama ku mateeka ga Katonda gokka!

Yensonga lwaki omutume Pawulo yanenya abakkiriza mu kkanisa y'e Kkolinso kubanga baali tebaagezaako okugonjoolera ensonga zaabwe wakati mu b'oluganda mu kukkiriza wabula ne badduka eri abantu abatali batuukirivu abaali tebamanyi mazima.

Abatukuvu Balisalira Ensi Omusango

Oba temumanyi ng'abatukuvu be balisalira ensi omusango? Era oba ng'ensi mmwe muligisalira omusango, temusaanira kusala nsonga entono ennyo? (6:2)

Wagamba abatukuvu balisalira ensi omusango. Olwo abatukuvu be baliwa? Omuntu bwe yeewandiisa mu kanisa, tugamba nti afuuse memba w'ekkanisa. Mu ba memba b'ekkanisa, abo abakuuma ekigambo kya Katonda mu mitima gyabwe, ne bakifuula emmere era ne bakitambuliramu mu bulamu bwabwe be bayitibwa abatukuvu.

Abantu bano lwaki bayitibwa 'abatukuvu'? Tekitegeeza abo abatambulira mu butuukirivu obutasangikasangika?

Yokaana 14:6 wagamba, "Yesu n'amugamba nti, 'Nze kkubo, n'amazima n'obulamu, tewali ajja eri Kitange, wabula ng'ayita mu Nze.'" Ekigambo kya Katonda kyokka ge mazima, era nga tekirikyuka. N'olwekyo ekigambo kya Katonda kijja kutuukirira mw'abo abakkiririza mu bisuubizo bya Katonda ebisangibwa mu Bayibuli era ne bagoberera Ekigambo Kye. Oba nga Katonda si mulamu, kitegeeza ne Bayibuli nayo nfu, era nga tegasobola kubeera mazima. Kyokka Katonda mulamu. Yabeerawo nga n'ensi tezinnabaawo era nga Yalibaawo olubeerera. Takyukakyuka era n'ekigambo Kye ge mazima gennyini. Era, Yesu Kristo ye Mwana we omu yekka eyajja ku nsi kuno. Era Naye Ye Kigambo era amazima ge nnyini.

Ekigambo kya Katonda, olw'okuba ge mazima, era kitukuvu, kale bwe tutyo tuyita abo abakitambuliramu nti 'batukuvu.' Ku ludda olulala, abo abajja obuzi mu kanisa bayitibwa 'abasabi.'

Kale, era tusobola okubayita 'abakkiriza abaggya' oba 'abakajja.' Ensonga lwaki tujja mu kanisa era ne twewandiisa nga ba memba b'ekkanisa kwe kufuuka abaana ba Katonda tusobole okufuna obulokozi. Tukikola okusobola okuwuliriza Ekigambo kya Katonda n'okugobolera ekkubo ery'obutuukurivu. Kale, tekigaana okuyita abaakakkiriza 'abatukuvu.'

Eriyo abantu abayimiridde ku lwazi olw'okukkiriza. Eriyo abalala nga bafuba nnyo okutambulira mu Kigambo kya Katonda naye nga tebannayimirira ku lwazi olw'okukkiriza.

Pawulo agamba, "Oba temumanyi ng'abatukuvu be balisalira ensi omusango?" Wano 'abatukuvu' kitegeeza abaana ba Katonda abayimirira ku lwazi olwokukkiriza. Abatukuvu bano balina obusobozi obw'okusalira ensi omusango. Nga bwe kyanyonnyoddwa waggulu, mu nsi bwe mubeeramu ebizibu, basobola okumanya ekintu ekikyamu n'ekitali, oba okumanya oba nga bulimba oba mazima nga beesigama ku mazima.

Yensonga lwaki Pawulo yali ababuuza lwaki baalemererwa

okukwata ensonga ezaaliwo wakati w'ab'oluganda mu kukkiriza, Bwe kiba ng'abatukuvu basobola okusalira ensi omusango. Abo abayimiridde ku lwazi olw'okukkiriza babeera n'obusobozi okugonjoola ebizibu ebijjawo wakati w'ab'oluganda mu kukkiriza, nga n'olwekyo tewali nsonga etwala bakkiriza eri ekkooti z'ensi okubatawulula.

Temumanyi nga tulisalira bamalayika omusango? Tulirema tutya okusala emisango egy'omu bulamu buno? (6:3)

Olunyiriri 3 lwongereza ku lunyiriri 2. Tutegeera ebikwata ku bamalayika okuyita mu Bayibuli. Okusalira bamalayika omusango tekitegeeza nti tujja kubasalira omusango n'omutima omubi wabula okutegeera ebintu okusinziira ku mazima.

Eky'okulabirako, mu Bayibuli 2 Peetero 2:4, tutegeera nti Katonda ne bamalayika teyabattira ku liiso bwe baayonoona, Yabasuula mu Lukonko era n'abateeka mu 'bunnya obw'ekizikiza,' okubakuumira omusango.

Era, Yuda 1:6 n'awo wagamba, "Ne bamalayika abataakuuma bukulu bwabwe bo, naye ne baleka ekifo kyabwe bo bennyini, abakuumira mu njegere ez'ennaku zonna wansi w'ekizikiza olw'omusango ogw'oku lunaku olukulu."

Bayibuli ewandiika ku bamalayika abatonnyesa enkuba, abatambuza ebire, bamalayika abakulu, era ab'amaanyi nga bwe kiri mu 2 Peetero 2:11 awoogera ku bamalayika 'abakulu era ab'amaanyi'.

Lukka 1:19 woogera ku Gabulyeri, wagamba nti, "Awo malayika naddamu [Zaakaliya] n'amugamba nti, 'Nze

Gabulyeri, ayimirira mu maaso ga Katonda, era nnatumibwa okwogera naawe n'okukubuulira ebigambo ebyo ebirungi.'" Wano Gabulyeri yali aleese amawulire ku kuzaalibwa kwa Yokaana Omubatiza.

Era Danyeri 10:13 wagamba, "Naye omulangira ow'obwakabaka obw'e Buperusi n'anziyiza ennaku abiri mu lumu; naye laba, Mikayiri, omu ku balangira abakulu, n'ajja okunnyamba, ne mbeera eyo wamu ne bakabaka ab'e Buperusi."
Tulaba ebyawandiikibwa ku malayika omukulu Mikayiri. Tusobola okutegeera ku bamalayika ab'omu nsi ey'omwoyo okuyita mu Bayibuli, wadde nga tetusobola kubalaba n'amaaso gaffe ag'okungulu.

Kale, bwagamba nti, "Temumanyi nga tulisalira bamalayika omusango? Tulirema tutya okusala emisango egy'omu bulamu buno?" Pawulo abeera atadde essira ku nsonga y'okuba nti tusobola okusala omusango ku nsonga z'ensi eno n'okusalira omusango ebitonde eby'omwoyo nga bamalayika.

Kale bwe muba n'okusala emisango egy'omu bulamu buno, abanyoomebwa mu kkanisa abo be muteekawo? (6:4)

Wayinza okubaawo ebizibu mu bakkiriza olw'ensonga ez'ensi eno. Kale, ekintu nga kino bwe kituukaw mu kkanisa tulina kukola tutya singa abntu babiri babeera n'obutakkaanya oba nga waliwo ensonga wakati waabwe era nga tesobolakugonjoolebwa mu kanisa?

Abo abatukuvu abayimiridde ku lwazi olw'okukkiriza basobola okutegeera ekituufu n'ekikyamu nga bakozesa

Ekigambo kya Katonda, era n'olwekyo, tulina okubaleka bagonjoole ensonga eno. Naye si bwe baakola mu kkanisa y'e Kkolinso. Era yensonga lwaki Pawulo yayogera nti, ate abo abanyoomebwa mu kkanisa be balonda okutunula mu nsonga ezo.

Bwe wabaawo enkaayana mu b'oluganda mu kukkiriza olw'ensonga ez'ensi eno era ne beekuba mu mbuga z'amateeka, ebikolwa byabwe bibeera ng'eby'abo abatali batuukirivu abatatambulira mu mazima.

Eky'okulabirako, katugambe omuntu atatambulira mu mazima awaayiriza omuntu omulala n'okumukolokota mu kkanisa. Era katugambe omuntu omulala yamuwulidde naye n'amwegattako. Abantu abawera bwe bamwegattako, kifuuka kibinja.

Ekintu bwe kituuka ku muntu ow'omu kibinja ekyo, ddala ajja kuddukira eri abantu b'omu kibinja ekyo abeebuuzeeko eky'okukola. Kati abantu abatali batuukirivu bwe bamuwa amagezi, kinaaba kituufu? Eyo enaaba ngeri ntuufu ey'okugonjoola ekizibu? Ebiseera ebisinga tebeera ntuufu! Abo abatatuukiridde tebasobola kuwa muntu magezi nga beesigamye ku mazima kubanga n'abo bennyini tebatambulira mu mazima. Yensonga lwaki Pawulo yabuuza, "... abanyoomebwa mu kkanisa abo be muteekawo?," Ng'ategeeza nti si kyali kituufu okukolebwa.

Okubakwasa Ensonyi

Njogedde kubakwasa nsonyi. Kiri bwe kityo nti mu mmwe temuyinza kuzuuka muntu mugezi, ayinza okusalira baganda be ensonga, naye ow'oluganda awoze n'ow'oluganda, era ne mu maaso gaabo abatali bakiriza? (6:5-6)

Omutume Pawulo yagamba mu 1 Bakkolinso 4:14, "Ebyo ssibiwandiika kubakwasa nsonyi, wabula okubabuulirira ng'abaana bange abaagalwa." Naye wano, agamba nti, "Njogedde kubakwasa nsonyi." Kiri bwe kityo lwakuba embeera kati yanjawulo nnyo kw'eyo ey'omu ssuula 4 mu 1 Abbakolinso.

Mu 1 Bakkolinso essuula 4, tulaba nti abatume bwe baavumibwanga, nga bakitwala nti mukisa; bwe baayigganyizibwanga, nga bagumiikiriza; bwe baawayirizibwanga, nga bagezaako okutegeera abaakikolanga. Eno yengeri entuufu, era abakkiriza mu Kkanisa y'e Kkolinso n'abo bandibadde bakola bwe batyo. Naye tebaakikola.

Pawulo yali tayagala kwewaana wadde okwagala okuswaza abakkiriza mu kkanisa y'e Kkolinso. Yali ayagala kubasomesa n'omutima ogw'omuzadde okubalaga nti ebikolwa by'abatume byali bituufu.

Naye mu Lunyiriri 5, Pawulo agamba, "Njogedde kubakwasa nsonyi." Ku mulundi guno, yakyogera lwatu nti yali tagenda kwogera birungi byokka eri abaana be abaagalwa. Yali ategeeza nti agenderedde okubakwasa ensonyi ng'abalaga ensobi zaabwe. Wadde bayinza okubeera nga baaswala muli, Pawulo okwogera kino yali ayagala bakijjukirenga baleme okuddamu okweyisa mu ngeri eyo.

Abaana ba Katonda tebalina kwetwala mu mbuga z'amateeka. Naye mu kkanisa y'e Kkolinso, ab'oluganda mu kukkiriza baali banguwa okutwala banaabwe mu mbuga z'amateeka kyokka nga babatwala mu maaso g'abatakkiriza. Yensonga lwaki Pawulo agamba nti akyogera okubakwasa ensonyi.

Engeri Ey'okugonjoolamu Ebizibu mu Mukama

Olwo, tuyinza kukola ki ab'oluganda mu kukkiriza bwe babeera n'ensonga ku bintu ebikwatagana n'ensi? Tulina okugoberera enkola z'ekkanisa okukwataganya ensonga ezo. Bw'oba omukkiriza owa bulijjo olina okusooka okwebuuza ku mukula wa sseero. Bw'aba tayinza kugonjoola nsonga yammwe, weeyongero ku muntu ali mu kifo ekiddako mu kkanisa.

Era nga birina kuggwera ew'omusumba w'ekkanisa. Ekizibu era bwe kibeera nga tekinnagonjoolebwa, mweyongereyo mu kakiiko akatambuza ekkanisa, oba akakiiko akayimirirawo ku lw'ekkanisa yonna okusalawo ekituufu n'ekikyamu.

Ebiseera ebisinga ensonga zibeera zikwatagana na sente. Mbadde nga mpa ba memba b'ekkanisa amagezi obutawanyisiganya sente embeera ne bw'ebeera etya. Ebizibu ebisinga n'obutakkaanya biva ku sente.

Bw'oba ng'oyagala kwewola sente olw'ekizibu ky'oguddeko, tolina kwewola okuva ku w'oluganda mu kukkiriza wabula okuva eri omuntu ali ebweru w'ekkanisa. Kubeera kujeemera Kigambo kya Katonda okuwanyisiganya sente mu b'oluganda mu kukkiriza, era Setaani akozesa ekyo okuleetawo obukuubagano n'ebizibu.

Ndabye ba memba b'ekkanisa bangi nga bafunye ebizibu olw'okuwola oba okwewola ku w'oluganda mu kukkiriza.

Abantu abamu tebasobola kugaana ng'omuntu abatuukiridde okumuwola sente. Kye bakola waakiri amwewolera awalala n'azimuwa. Naye abantu bangi tebasasula mu kiseera ekisuubiziddwa. Abaruumi 13:8 wagamba, "Temubeeranga na bbanja lyonna eri omuntu yenna, wabula okwagalananga." Nga bwe kyogeddwa, tetuteekanga omugugu ku w'oluganda mu kukkiriza olwa ssente.

Naye era bwe mutyo mumaze okubaako akabi, kubanga mulina emisango mwekka na mwekka. Lwaki obutamala gakolwanga bubi? Lwaki obutamala galyazaamaanyizibwanga? Naye mmwe mwennyini mukola bubi, mulyazaamaanya, era n'ab'oluganda. (6:7-8)

Ow'oluganda bw'akuba ow'oluganda omulala mu kukkiriza mu mbuga z'amateeka, kibeera kikakasa nti omuntu ono si mutuukirivu era tatambulira mu mazima, era nga si mwana wa Katonda. Kikakasa nti mukkiriza ow'obulimba, wadde ng'abadde alabika nga omukkiriza eyeewaayo ennyo, nga akolera ekkanisa n'obwesigwa.

Olwo, oyinza kukola ki ow'oluganda mu kukkiriza bwakutwala mu mbuga z'amateeka? Bw'oba ng'olina okukkiriza okutuufu, ojja kubeera oli mwetegefu okuliwa buli kye bakulagira ne bwe kubeera kufiirwa kunene, era tolina na kufuba kulaga nti omusango si gugwo. Eyo yensonga lwaki omutume Pawulo awa amagezi mu lunyiriri 7 ggwe gwe babeera bakola obubi oba okukubba mu kifo ky'okuyomba ggwe okufuuka omuntu omubi.

Naye abakkiriza abo abaggya abatamanyi bulungi mazima era babeera balowooza kye kituufu okwewozaako okusinziira ku mateeka.

Wadde batukoze bubi n'okutunyaga, Si kubeera kufiirwa. Setaani ddala ajja kufiirwa, abatuukirivu bawangule bwe banaatambulira mu mazima. Katonda atambulira mu butuukirivu era akebera emitima gy'abantu. N'olwekyo, kiyinza okulabika nga ggwe afiirwa mu kaseera ako, naye Katonda ddala ajja kukola ku lw'obulungi bwa buli kimu mu kiseera ekituufu.

Mu ngeri eno, ab'oluganda mu kukkiriza tebalina kutwalagana mu kkooti, naye ba memba b'ekkanisa y'e Kkolinso baakoleranga mu butali butukirivu nga balaga obubi bwabwe, nga baanika obubi obwalinga mu bo. Abantu abatali batuukirivu baabeeranga mu kkanisa nga beefuula abaana ba Katonda n'okutambulira mu mazima. Naye bwe waayita akaseera kyeyoleka nti ddala tebaali baana ba Katonda era nga bali tebatambulira na mu Kigambo kya Katonda. Nga banyaga n'Okunyaga banaabwe.

Ekintu eky'ekika kino ekitaliimu butuukirivu tekirina kulabikira mu kanisa. Ne mu batakkiriza, bwe batwala ow'oluganda lwabwe mu mbuga z'amateeka babeera bagamba nti kivve. Naye ate wakati w'ab'oluganda mu kukkiriza abakkiririza mu Katonda? Ekintu eky'ekika kino bwe kituukawo, kiba kikakafu nti omuntu oyo taliimu kukkiriza.

Yakobo 1:22 wagamba, "Naye mubeerenga bakozi ba kigambo, so si bawuliriza buwuliriza, nga mwerimbalimba." Nga bwe kyogedde, bw'owulira obuwulizi n'otatambulira mu Kigambo, obeera mulimba era obeera weerimba wekka. Singa abakkiriza mu kkanisa y'e Kkolinso ddala baali bakkiririza mu Katonda, tebanditutte banaabwe mu mbuga z'amateeka.

Olunyiriri 8 lugamba, "Naye mmwe mwennyini mukola bubi, mulyazaamaanya, era n'ab'oluganda." Kino kitegeeza nti kikolwa kya butali butuukirivu okutwala mu mbuga z'amateeka ow'oluganda munno, kyokka nga bagamba nti bakkiriza mu Katonda kyokka ng'eno bwe bakuba baganda baabwe mu mbuga z'amateeka. N'olwekyo baali beerimba bokka.

Katonda atugamba n'okwagala abalabe baffe. Atuganyizza okufuna obulokozi ng'awaayo Omwana We omu yekka Yesu ku musaalaba. Ffe abafunye ekisa kino buwa tetulina kutwala wa luganda mu kukkiriza mu mbuga z'amateeka.

Ebibi Ebiviirako Okufa

Oba temumanyi ng'abatali batuukirivu tebalisikikira bwakabaka bwa Katonda? Temulimbibwanga, newakubadde abakaba, newakubadde abasinza ebifaananyi, newakubadde ab'enzi, newakubadde abafuuka abakazi, newakubadde abalya ebisiyaga, newakubadde abeegombi, newakubadde abatamiivu, newakubadde abavumi, newakubadde abanyazi, tebalisikira bwakabaka bwa Katonda. (6:9-10)

Ne mu bakkiriza, abo abatali batuukirivu tebalisikira bwakabaka bwa Katonda. Kitegeeza tebalirokolebwa. Ekigambo kya Katonda kiweebwa bakkiriza. Abatakkiriza tebalina webakwataganira na Kigambo kya Katonda.

Kale, wano 'abatali batuukirivu' kikwatagana n'abo abagamba nti bakkiriza, naye nga tebatambulira mu Kigambo kya Katonda. Tebalirokolebwa.

Yesu yagamba mu Matayo 7:21 nti, "Buli muntu ang'amba nti, 'Mukama wange, Mukama wange,' si ye aliyingira mu bwakabaka obw'omu ggulu, wabula akola Kitange ali mu ggulu by'ayagala." Era, wadde tuyinza okweyisa nga bannabbi, ne tulaga emirimu egy'amaanyi, era ne tugoba n'emizimu, Mukama ajja kugamba nti tatumanyangako bwe tutambulira mu bujeemu.

Tetusobola kulokolebwa olw'okuba twogera nti tukkiririza mu Mukama, nga tukuuma olunaku lwa Mukama nga lutukuvu, nga tuwaayo ekimu eky'ekkumi n'okuyamba abanaku, okujjako nga tutambulidde mu Kigambo kya Katonda. Ne bwe tukolera Katonda ebintu ebingi eby'enkana bitya, Yesu ajja kugamba, "Sibamanyangako mmwe," Bwe tukola eby'obujeemu (Matayo 7:23).

Tuyinza okulimbibwa bwe tutategeera kino bulungi nnyo. Si batakkiriza bokka be batulimba. Tusobola okulimbibwa abantu abagamba nti bakkiriza, naye nga batambulira mu butali butuukirivu olw'okuba tebatambulira mu Kigambo kya Katonda.

Abakkiriza abamu bagamba nti tetulina kuyitawo nnyo ne tussussa mu kukkiriza. Bamanyi okutugamba nti tugende bugenzi ku Sande lwokka tweyongereyo mu kuvuba, oba okuyisa ku budde oba okugenda okubaako kye tulya n'abantu baffe. Bagamba abakadde abamu ab'ekkanisa okunywa ku mwenge, nti n'obw'onywamu obugiraasi nga bubwo tekirina mutawaana. Naye Katonda atugamba tuleme okulimbibwa ebigambo eby'ekika ekyo.

Olwo obutali butuukirivu bwe buliwa? Olunyiriri 8 lugamba nti bubeera butali butuukirivu okutwala ow'oluganda mu mbuga z'amateeka. Era, obutali butuukirivu bye bintu byonna ebikontana n'amazima na buli kikolwa kyonna ekitakwatagana na Kigambo kya Katonda.

Olunyiriri 9 ne 10 lw'ogera ku bimu ku bintu ebitali bya butuukirivu.

Obukaba kwe kwegandanga okutali kutuufu. Okusinza ebifaananyi si kusinza businza bifaananyi ebya zaabu, feeza, amayinja ag'omuwendo, oba ebyuma, wabula n'okwagala ennyo ekintu oba omuntu okusinga Katonda. Obwenzi kwe kwegatta wakati w'omusajja n'omukazi abatali mu mateeka agakkirizibwa Katonda okubeera nga babeera wamu.

Okwefuula omukazi ye musajja ng'embeera ze, endabika ye n'enjogera bifaanana nnyo eby'abakazi oba omwana muwala. Bano batera nnyo okusangibwa ebweru w'ekkanisa, kyokka ne mu kanisa mulimu ko abalimu. Eky'okulabirako, abasajja abamu bagala okubeera mu bakazi era ne beeyisa ng'abakazi mu ngeri etali ya buljjo.

Abali b'ebisiyaga tebasonyiyibwa Katonda era abantu bano tebasobola kulokolebwa. Abo ababadde abasiyazi nga tebannakkiriza bwe bakyuka ne bajja eri Mukama era ne beenenya basobola okusonyiyibwa. Naye bwe batakyuka era ne basigala n'omuze gwe gumu, kitegeeza tebasobola kulokolebwa.

Obubbi bulina amakulu mangi naye okutwaliza awamu, kwe

kutwala ekintu ky'omuntu omulala mu kikolwa oba n'omutima. Yuda Isukariyooti naye yali mubbi. Yabba sente ng'agamba nti zaakuyamba banaku.

Ekiddako, be beegombi n'abatamiivu. Katonda tasanyukira kutamiira. Omwenge tegusobola kutuyamba mu ngeri yonna. Omwenge gukolebwa okuwa abantu essanyu so si kyakunywa ekiyamba omubiri. Bwe tubeera mu Yesu Kristo era mu mazima, tulina okuva ku mwenge.

Bayibuli etusomesa obutatamiiranga (Abaefeeso 5:18). Omwenge bwe guyingira omubiri gwaffe, tubeera tetukyasobola kufuga mubiri gwaffe n'ebirowoozo, era tujja kukola ebintu ebikontana n'amazima. Abamu bagamba nti tekirina buzibu okunywako akatono kubanga Bayibuli etugaana kutamiira.

Naye bw'onywa ekikopo, era otamiira okusinziira ku gw'onywedde. Omwenge gujja kugenda mu bitundu by'omubiri gwo gwonna. Bw'onywako akatono, otamiira katono, bw'onywa omungi, otamiira nnyo. N'olwekyo tetulina kugamba nti okunywamu akatono tekulina buzibu.

Abavumi n'abanyazi banyonnyoddwa mu ssuula 5 olunyirri 11. Abavumi boogera ebigambo ebitayisika mu kamwa ate abanyazi batwala ebintu oba ensimbi z'abantu abalala mu ngeri ey'ekikalabakalaba. Abantu ab'ekika kino tebalisikira bwakabaka bwa Katonda, ekitegeeza nti tebaligenda mu bwakabaa obw'omu ggulu.

Kale, bw'oba okyatambulira mu bintu eby'ekika kino ebitali bya butuukirivu, olina okwatula amangu ddala ebibi byo era obiveemu. Katonda mwesigwa era muuukirivu Atusonyiwa ebibi byaffe n'okutunaazaako byonna ebitali bya butuukirivu (1 Yokaana 1:9). Naye bwe tugenda mu maaso n'okwonoona ne bwe tubeera tumaze okwatula ebibi byaffe ne tugamba tetujja kuddamu kwonoona, kubeera kujerega Katonda. Kitegeeza nti tukyatambulira mu kibi era tetusobola kulokolebwa.

Era abamu ku mmwe mwali ng'abo, Naye mwanaazibwa, naye mwatukuzibwa, naye mwaweebwa obutuukirivu olw'erinnya lya Mukama waffe Yesu Kristo, n'olw'Omwoyo gwa Katonda waffe. (6:11)

Bangi ku ffe twalinga abantu abatali batuukirivu, naye kati twafuna Omwoyo Omutukuvu mu Yesu Kristo. Omwoyo Omutukuvu yatusobozesa okutegeera ekibi era n'atuwa okukkiriza.

Bwe twenenya era ne tukyuka, omusaayi gwa Mukama gutunaazaako ebibi. Wadde twali b'onoonyi edda, bwe twenenya era ne tukyuka okubivaamu, Katonda atutukuza okuyita mu musaayi gwa Mukama waffe Yesu eyakomererwa. Mu ngeri eno, tujja kutuuka eri obulokozi.

Naye bwe tugamba obugambi nti tukkiririza mu Katonda kyokka nga bwe tukola ebitali bya butuukirivu, Katonda takitwala nti kukkiriza, era bwe tutyo tetusobola kulokolebwa. Katonda kyayita okukkiriza era n'atulokola, kwe kugezaako okutambulira mu Kigambo kya Katonda era netulwanyisa ebibi n'okubyeggyako. Katonda ajja kugamba nti tuli batuukirivu bwe tuneeyongera okufuuka abatukuziddwa okuyita mu ngeri eno era nga tufuba okweggyako ebibi.

Byonna birungi gyendi, naye byonna tebinsaanira. Byonna birungi gye ndi, naye nze sigenda kufugibwanga kyonna, kyonna. (6:12)

"Byonna birungi gyendi" kitgeeza nti tulina eddembe okwesalirawo okutambulira mu mazima oba mu gatali mazima. Byonna bisinziira ku kusalawo kwaffe. Naye si buli kusalawo kwe tukola nti kulimu amagoba. Okutambulira mu Yesu Kristo kyokka kye ky'amagoba.

Okusobola okusikira obwakabaka obw'omu ggulu, tulina okutambulira mu mazima mu bujjuvu mu mbeera yonna. Tulina okugoberera okwagala kwa Katonda. Bwe tubeera n'okukiriza okw'ekika kino, tetujja kunyeenyezebwa bazadde baffe oba bakama baffe ku mirimu ne bwe banaagezaako okutulemesa okutambulira mu gatali mazima.

Lumu waliwo omukkiriza eyajja gyendi n'angamba musabire. Naye n'enzijjukira nti yali awonyezeddwako mu kanisa yaffe, era n'awa n'obujulizi.

"Musumba, nkwegayiridde nsabirako. Sisobola kwekyusa wadde okusitula omukono gwange olw'okusanyalala."

"Sisita, olunaku lwa Mukama tewalukuuma nga lutukuvu, walukuuma? Engeri gye wali ofunye ekisa kya Katonda wandibadde olukuuma nga lutukuvu! Lwaki tewakikola?"

"Nali nkola buli lwa Sande kubanga nali ntya omwami

wange."

Yawulira amawulire g'emirimu gya Katonda egy'amaanyi era n'ajja ku kanisa, era n'awonyezebwa obulwadde bwe. Naye oluvannyuma ne yekkiriranya n'ensi olw'okutya bba okumuyigganya.

Yesu yagamba mu Matayo 10:28, "So temubatyanga abatta omubiri, naye nga tebayinza kutta bulamu, naye mumutyenga ayinza okuzikiriza obulamu n'omubiri mu Ggeyeena." Bwe tuba nga ddala tulina okukkiriza, tetujja kwosa ku lunaku lwa Mukama, era kino kyalagibwa Katonda, ne bwe tuba nga tujja kuyigganyizibwa oba okukubibwa.

Katonda bonna abiganya okubaawo ku lw'obulungi, bwe tukkiririza mu Katonda nti ali naffe era ne tusaba. Katonda ajja kuleetera abo abazadde oba abaami abayigannya bakazi baabwe eri obulokozi. Bwe tukuuma okukkiriza kwaffe nga tetwekkiriranya, wayinza okubaawo okuyigganyizibwa okuva mu bantu b'awaka naye nga kino kibeera ky'akaseera buseera, naye nga gye binnaggwera tujja kubeera tusobola okubuulira abantu baffe enjiri.

Tuyinza n'okuva ku bulokozi bwe twekkiriranya nga tutya okuyigganyizibwa. N'olwekyo, tulina okugoberera okwagala kwa Katonda era ne tutambulira mu mazima, nga tetutya kintu kyonna.

Tulina Kubeera Balamu ku Bw'Ani?

Eby'okulya bya lubuto. N'olubuto lwa byakulya, naye Katonda alibiggyawo byombiriri. Naye omubiri si gwa bwenzi, naye gwa Mukama waffe; ne Mukama waffe avunaana omubiri. Era Katonda yazuukiza Mukama waffe, era naffe alituzuukiza olw'amaanyi Ge. Temumanyi ng'emibiri gya mmwe bye bitundu bya Kristo? Kale nzirirenga ebitundu bya Kristo mbifuule bitundu bya bwenzi? Kitalo! (6:13-15)

Emmere kyetaago omuntu okusobola okubeera omulamu. Obulamu bwaffe tusobola okubukuuma nga bulamu bwe tubeera nga tulya ne tusobola okufuna ebiriisa. Naye emmere ejja kuggwaawo. Katonda bwanaayita emyoyo gyaffe, emibiri gyaffe n'agyo gijja kuggwaawo.

Buli kintu kijja kuggwaawo mu ngeri eno. Olwo lwaki tulina okubeera abalamu? Bwe tukimanya nti tetujja kusobola kusikira bwakabaka bwa Katonda bwe tetegyeeko butali butuukirivu ng'obwenzi, okusinza ebifaananyi, obwenzi, okwefuula abakazi, okulya ebisiyaga, obubbi, okwegomba, okutamiira, okuvuma, n'okunyaga, tuyinza tutya okutambulira mu butali butuukirivu? Olwo, kitegeeza ki nti "Naye omubiri si gwa bwenzi naye gwa Mukama waffe, ne Mukama waffe avunaana omubiri"? Yesu yafa ku musaalaba okusobola okututwala eri obwakabaka obw'omu ggulu, olw'okuba omubiri gwaffe gugwe. Yensonga lwaki tusobola okusikira obwakabaka obw'omu Ggulu. Tetusobola kwewala kugwa mu ggeyeena bwe tugenda mu maaso n'okutambulira mu butali butuukirivu ng'ab'onoonyi. N'olwekyo, kyeraga kyokka nti tulina kubeera balamu ku bwa Mukama oyo akwata ku myoyo gyaffe era n'atutwala eri obwakabaka obw'omu ggulu n'amaanyi ga Katonda.

Olunyiriri 14 lugamba, "Era Katonda yazuukiza Mukama waffe, era naffe alituzuukiza olw'amaanyi Ge." Ajja kutuwa omubiri oguzuukidde ogutuukiridde ogwo ogutazikirizibwa.

Olunyiriri 15 lugamba, "Temumanyi ng'emibiri gyammwe bye bitundu bya Kristo? Kale nzirenga ebitundu bya Kristo mbifuule bitundu bya bwenzi? Kitalo!" Yesu yagamba, "Nze Muzabbibu, mmwe matabi" (Yokaana 15:5). Tuli matabi ageekwata ku muzabbibu, kale tuli omu n'omuzabbibu. Tuli omu ne Mukama, era tuli ebitundu by'omubiri gwe byonna.

Omubiri gwa Mukama mutukuvu gutya? Teguliiko bbala wadde olufunyiro. Olwo nno, n'ebitundu by'omubiri ggwe birina kubeera bitukuvu. Ku muti kubeerako amatabi mangi. Erimu ku ttabi bwe lirwala, tulina okulisalako omuti gwonna gusobole okubeera omulamu. Mu ngeri y'emu, n'omukono gwaffe ogumu bwe gubeera guvunda, tutuyinza kumala gaguleka, gulina okutemwako.

Oba, watya ekitundu ky'omubiri gwaffe ekimu kiddugadde nga twakamala okunaaba? Tetuyinza kugenda bugenzi mu buliri bwe tutyo nga tugamba kasita ebitundu ebirala byonna bitukula. Ddala tujja kukinaaba.

N'olwekyo, abaana ba Katonda, nga bye bitundu by'omubiri gwa Mukama ogwo ogutaliiko bbala wadde olufunyiro, bulijjo balina okutambulira mu bulamu obutuukirivu. Bwe bafuuka abatali bayonjo, balina okwenaaza amangu ddala.

Amakulu Ag'omwoyo ag'Obwamalaaya

Oba temumanyi ng'eyeegatta n'omwenzi gwe mubiri gumu? Kubanga Ayogera nti "bombiriri banaabeeranga omubiri gumu" Naye ye eyeegatta ne Mukama waffe gwe mwoyo gumu. Mwewalenga obwenzi. Buli kibi kyonna omuntu ky'akola kiri kungulu ku mubiri, naye ayenda akola ekibi ku mubiri gwe ye. (6:16-18)

Omutume Pawulo asoose kulabula ba memba b'ekkanisa y'e Kkolinso, nga by'ebitundu by'omubiri gwa Kristo, obutafuula mibiri gyabwe mibiri gya bwenzi. Wano, 'malaaya' kitegeeza buli kika ky'obutali butuukirivu bwonna obwakogerwako.

Obwamalaaya, okusinza ebifaananyi, obwenzi, okwefuula omukazi, okulya ebisiyaga, obubbi, okwegomba, okutamiira, okuvuma, obunyazi byonna bigwa mu makulu g'ekigambo kino 'obwamalaaya'. Tetuyinza kufuula mubiri gwa Kristo omubiri gw'obwamalaaya, kwe kugamba gwe mubiri ogutali muyonjo ogw'obutali butuukirivu.

Mukama waffe alina omubiri omuyonjo era ogutuukiridde. N'olwekyo, tetuyinza kuswaza Mukama nga tufuuka omubiri oguddugala. Kubeera kuyisaamu Katonda maaso era kubeera kufulumya kivundu mu kifo ky'evvumbe lya Kristo

Tetuli bantu abatali batuukirivu. Tuli baana ba Katonda abaanaazibwa n'omusaayi gwa Mukama ogw'omuwendo. N'olwekyo, tetusobola kutambulira mu butali butuukirivu; era bwe tubeera n'obutali butuukirivu mu ffe, tulina okubweggyako amangu ddala.

Abaruumi 1:18 wagamba, "Kubanga obusungu bwa Katonda bubikkulibwa okuva mu ggulu ku butatya Katonda bwonna n'obutaba na butuukirivu obw'abantu abaziyiza amazima mu butaba na butuukirivu." Ne, Abakkolosaayi 3:25 wagamba, "Kubanga ayonoona aliweebwa nate nga bwe yayonoona. So siwali kusosola mu bantu."

Katonda tatunuulira ndabika wabula omutima. Okubeera n'endabika y'obwa Katonda kungulu tekirina makulu gonna bwe tubeera nga tujjudde obutali butuukirivu munda. Katonda talonda bantu olw'endabika yaabwe, na bwe kityo, emitima gyaffe girna okukyuka. Tulina okweyisa mu ngeri ey'obwakatonda si kungulu kwokka, wabula ne munda. Tulina okunaaza emitima gyaffe n'omusaayi gwa Mukama waffe buli lunaku okusobola okufuuka abaana ba Katonda era abatuukirivu.

Si kyangu muntu kutegeera amakulu ag'omwoyo agali mu bya Katonda. Ennyiriri 16 ne 17 zinyonnyola amakulu ag'omwoyo n'olugero, abantu okusobola okitegeera. Omusajja ky'anaavanga aleka kitaawe ne nnyina, ne yeetaba ne mukazi we, nabo banaabanga omubiri gumu (Olubereberye 2:24), mu ngeri y'emu n'abo abeetaba n'abenzi banaafuuka omuntu omu n'abenzi.

Mu mwoyo kino kitegeeza baalina okubeera omubiri gumu ne Yesu omugole waffe omusajja, naye tebaakikola. Yesu, omugole waffe omusajja, ge mazima. Tulina okufuuka omu n'eKigambo kya Katonda, naye bwe tugoberera agatali mazima, tujja kubeera omubiri gumu ne bamalaaya.

Nga bwe kyanyonnyoddwa edda, malaaya kitegeeza buli kika ky'obutali butuukirivu ebyo ebikontana n'amazima. Bwe tubeera ne malaaya, tufuuka kimu naye, era mu ngeri y'emu, okukwana ensi, olw'okulemererwa okutambulira mu kigambo kya Katonda, bubeera 'bwamalaaya' era omuntu eyeetaba ne malaaya. Bwe twefuula abatali bayonjo nga twegatta ne malaaya, tetusobola kulokolebwa.

Naye abo abali ekimu ne Mukama waffe bajja kufuuka omwoyo gumu ne Mukama. Omwoyo Omutukuvu atuganya okutegeera Ekigambo kya Katonda n'okukikkiriza, era n'atulaga ebibi byaffe tusobole okubyeggyako.

Gye tukoma okutambulira mu mazima, tugenda tuzaala omwoyo okuyita mu Mwoyo Omutukuvu. Tufuuka omuntu ow'omwoyo atuukiridde bwe tusuula eri agatali mazima ne tutambulira mu mazima agatuukiridde. Mu kiseera kino, era tubeeramu n'endowooza eri nga eyali mu Yesu Kristo (Bafiripi

2:5), era omwoyo gwa Mukama ne gubeera kimu n'omwoyo gwaffe.

Olunyiriri 18 lugamba, "Mwewalenga obwenzi. Buli kibi kyonna omuntu ky'akola kiri kungulu ku mubiri, naye ayenda akola ekibi ku mubiri gwe ye."

Eriyo obwenzi bwa bika bibiri. Amakulu ag'okungulu bubeera bwenzi, naye tulina n'okutegeera amakulu ag'omwoyo.

Katonda olumu ayogerwako ng'omugole w'abantu Be.

Era mu Ndagaano Enkadde, abo abataakuumanga mateeka ga Katonda kyokka ne badda mu kusinza ebifaananyi oba okwonoona baabogerangako nga abenzi. Kwe kugamba, tubeera benzi bwe tutatambulira mu Kigambo kya Katonda.

Olwo kitegeeza ki nti "Buli kibi kyonna omuntu ky'akola kiri kungulu ku mubiri"?

Bwe tweggyako ebibi, tubeera tetukwatagana na bibi kubanga ebibi bibeera bweru wa mubiri gwaffe. Tuteebwa okuva ku bibi, ne tufuna eddembe ery'amazima. Tukwatagana n'ekibi kubanga tubirina mu ffe. Bwe tubyeggyako era ne tutambulira mu musana n'amazima, tubeera tetulina wetukwataganira na kibi.

Katugambe tolinamu kwegomba kwonna okw'okukyawa oba okutta omuntu yenna. Kitegeeza, nti ebibi ng'ebyo tebirina webikwatirako; bibeera byafuluma mu mubiri gwo. Naye abo abalina obwenzi mu bo, gamba nga, abo abekkiriranya n'ensi ne bakola ebitali bya butuukirivu, beegatta n'ebibi ebyali ebweru w'omubiri gwabwe. Bwe batyo ne bafuuka omubiri gumu n'obutali butuukirivu.

Oba temumanyi ng'omubiri gwammwe ye yeekaalu y'Omwoyo Omutukuvu ali mu mmwe, gwe mulina eyava eri Katonda? Nammwe temuli ku bwammwe? Kubanga mwagulibwa na muwendo, kale mugulumizenga Katonda mu mubiri gwammwe. (6:19-20)

Ani yatuwa omubiri gwaffe? Ye Katonda Omutonzi. Mu biseera by'Endagaano Enkadde Omwoyo Omutukuvu teyatuulanga mu mitima gy'abantu, wabula ng'abalung'amiza bweru era gye yabaweeranga obunnabbi. N'olwekyo, abantu nga tebasobola kuwuliziganya ne Katonda essaawa yonna. Ng'okwolesebwa bwe kuggwa nga baeerawo ku bwabwe. Naye mu biseera by'Endagaano empya. Tuwuliziganya ne Katonda ekiseera kyonna kubanga Omwoyo Omutukuvuyajja mu mitima gyaffe.

Kitegeeza omubiri gwaffe gwafuuka yeekaalu Omwoyo Omutukuvu mwatuula. Nga kyamuwendo era kya kitiibwa! Engeri Omwoyo Omutukuvu gyatuula mu ffe, tetulina kufuuka kimu ne malaaya, kwe kugamba n'obutali butuukirivu. Omwoyo Omutukuvu mutukuvu nnyo era mutuukirivu, ng'ayinza okusinda bw'aba alina okutuula mu kifo ekiddugala bwe kityo!

Olumu tuyinza okwonoona nga bwe tutambulira mu mazima. Ne tulyoka tuwulira okukaluubirizibwa muli n'obutatereera munda mu ffe. Kiri bwe kityo lwakuba Omwoyo Omutukuvu mu ffe alina okutuula mu mpitambi. Tulina kukola ki mu mbeera ng'eno? Tulina okwenenya era tukyuse mangu ddala okusobola okusanyusa Omwoyo Omutukuvu.

Ekyawandiikibwa era kyongera n'ekigamba nti, "nammwe temuli ku bwammwe." Edda, twakolanga bwe twayagalanga, nga tutambulira mu bibi era nga tukola ebitali bya butuukirivu. Naye twafuuka ba Mukama olw'omuwendo gw'omusaayi Gwe. Kubanga yatugula n'omusaayi Gwe, tetukyetwala ffekka nate.

Tulina okutambulira mu kwagala kwa Katonda ne Mukama. Tulina okulwanyisa ekibi okusobola okutambulira mu bulamu obutukuvu. Olw'okuba emibiri gyaffe tegikyali gyaffe, tetulina kukozesa mibiri gyaffe nga gyoli gyaffe.

Mukama waffe yatugula ng'ayiwa omusaayi Gwe omutukuvu era ogw'omuwendo. Yatuwa ekisa Kye n'obulamu obutagwaawo n'omuwendo ogw'ekika ekyo ogutasobola kuwanyisiganyaamu na kintu kyonna mu nsi eno. N'olwekyo tulina okuddiza Katonda ekitiibwa n'emibiri gyaffe.

Tulina okugulumiza Katonda era tufulumye evvumbe eddungi erya Kristo n'abatakkiriza bangi batuuke okugamba, "Njagala okugenda mu kanisa bwe nkulaba." Buno bwe buvunaanyizibwa bw'abakkiriza mu Katonda.

1 Abakkolinso 10:31 wagamba, "Kale oba nga mulya oba nga munywa, oba nga mukola ekigambo kyonna kyonna, mukolenga byonna olw'ekiiibwa kya Katonda." Abaruumi

14:7-9 wagamba, "Kubanga tewali muntu mu ffe eyeebeerera omulamu ku bubwe yekka, era tewali eyeefiira ku bubwe yekka. Kubanga bwe tubeera abalamu, tuba balamu ku bwa Mukama waffe; oba bwe tufa, tufa ku bwa Mukama waffe, kale bwe tuba abalamu, oba bwe tufa, tuba ba Mukama waffe. Kubanga Kristo kyeyava afa n'abeera omulamu, alyoke abeerenga Mukama w'abafu era n'abalamu."

Bwe tuba nga ddala tukiriza, tulina okweggyako obutali butuukirivu era tufuuke omu ne Mukama mu mazima. Tulina okutambuza obulamu bwaffe nga buweesa Katonda ekitiibwa mu buli kimu kyonna, oba kulya oba kunywa ne mu buli kimu kye tukola.

Essuula 7

OBUFUMBO

Obufumbo Obwegombesa

Amakulu Ag'omwoyo 'Agokummang'ana'

'Nandyagadde Abantu Bonna Okubeeranga nga Nze'

Okwawukana

Okusinziira ku Kigero ky'Okukkiriza

Enjawulo Wakati "w'Ebikolwa Eby'okungulu" ne "Okukwatanga Ebiragiro"

Buli Muntu Asigale mu Mbeera mwe Yayitirwa.

Embeera Abazadde B'omuwala Embecrera mwe Balina Okumufumbiriza ne Bannamwandu oba Abaafiirwa bakazi baabwe Lwe Balina okuddamu okuwasa oba Okufumbirwa

Obufumbo Obwegombesa

Naye ku ebyo bye mwampandiikira, kirungi omusajja obutakwatanga ku mukazi. Naye olw'obwenzi, buli musajja abeerenga ne mukazi we, na buli mukazi abeerenga ne musajja we ye. Omusajja asasulenga mukazi we ekyo ekimugwanira; era n'omukazi asasulenga bw'atyo omusajja. Omukazi tafuga mubiri gwe ye, wabula musajja we, era n'omusajja bw'atyo tafuga mubiri gwe ye, wabula mukazi we . (7:1-4) Naye ku ebyo bye mwampandiikira, kirungi omusajja obutakwatanga ku mukazi. Naye olw'obwenzi, buli musajja abeerenga ne mukazi we, na buli mukazi abeerenga ne musajja we ye. Omusajja asasulenga mukazi we ekyo ekimugwanira; era n'omukazi asasulenga bw'atyo omusajja. Omukazi tafuga mubiri gwe ye, wabula musajja we, era n'omusajja bw'atyo tafuga mubiri gwe ye, wabula mukazi we . (7:1-4)

Pawulo yagamba nti kyandibadde kirungi omusajja obutakwatanga ku mukazi. Yali ayagala okuziyiza ekikemo kyonna mu kkanisa.

Omusajja obutakwata ku mukazi kitegeeza nti kisingako ffe okubeerawo nga twetegekera Katonda nga twetegeka ng'abagole ba bba ffe Mukama mu nnaku zino ez'oluvannyuma, okuva Yesu lwe yajja ku nsi kuno. Naye bwe tuba nga tugenda kufuuka benzi olw'okuba tetufumbiddwa oba okuwasa, kisingako okufuna omukazi oba omusajja.

Watya ne tusalawo obutawasa oba okufumbirwa olw'omulimu gwa Katonda, kyokka ate ne tukola obwenzi ne tulekebwawo Katonda. Nga kibeera kya nnaku ekyo! Embeera bweba bwetyo bw'eri, kisingako okufuna omukazi oba omusajja okwewala obwenzi.

Olunyiriri 3 lugamba nti omusajja alina okusasula mukazi we olw'ebyo ebimugwanira n'omukazi bwatyo. Olwo, biki omusajja byalina okukola asaanire okusasulibwa? Omwami awaka alina okukulemberamu amaka ge mu mazima. Era, alina okubeera ow'amaanyi nga tatya nga Yoswa bwe yali Katonda bwe yayogera naye (Yoswa 1:6-9). Omusajja alna okubeera n'embala emuf uula omusajjanga munyiikivu era nga wa mpisa.

Okuba ow'amaanyi era atatya tekitegeeza nti alina kulwana. Alina okuba ng'asobola okukkiriza n'okuwambaatira abalala era ng'atuukiriza obuvunaanyizibwa bwe eri mukyala we n'ab'omu maka ge n'obuwombeefu.

Olwo ate obuvunaanyizibwa bw'omukyala bwe buli wa? Omukyala talina kwegulumiza oba okuleekaanira waggulu wabula abeere mugonvu, era agumiikiriza mu mbeera zonna. Era alina n'okusomesa abaana be mu mazima.

Olwo Tetulina Kufuga Mibiri Gyaffe?

Olwo kitegeeza ki obutafuga mibiri gyaffe? Ku bafumbo tekubeera nti ono ali yekka ne munne ali yekka, babeera omubiri gumu. Omwami tasobola kufuga mubiri gwe ye, ne mukyala we bwatyo. Balina okubeera obumu mu mutima, nga bateesa ku nsonga zonna.

Olubereberye 2:24 wagamba, "Omusajja kyanaavanga aleka kitaawe ne nnyina, ne yeetaba ne mukazi we, nabo banaabanga omubiri gumu." Olw'okuba bali omubiri gumu, tebasobola kulemera buli omu ku ndowooza ye.

Omwami bwanakuwala, omukyla naye alina okunakuwala. Omukyala bwasanyuka, omwami naye alina okusanyukira wamu naye. Alina okutambulira mu mwoyo gumu n'ebirwoozo.

Mu bigambo by'obuyinza, omusajja ali waggulu w'omukazi mu bufumbo. Naye, buli omu ku bo alina okumanya obuyinza bwa munne. Omwami talina kulemera ku ndowooza ye ye bw'aba ng'akimanyi nti n'omukyala alina obuyinza awaka.

Amakulu Ag'omwoyo 'Ag'okummangana'

Temummang'ananga, wabula mpozzi nga mulagaanye ekiseera, mulyoke mubeerenga n'ebbanga ery'okusabiramu, ate mulyoke mubeerenga wamu, Setaani alemenga okubakema olw'obuteeziyiza bwammwe. Naye ebyo mbyogera nga nzikiriza bukkiriza, so siteeka tteeka. (7:5-6)

Wagamba, "temummang'ananga" era tulina okukitegeera mu mwoyo. Kyogera ku mitima gyaffe.

Kitegeeza nti omwami n'omukyala tebalina kubeera na mitima gyeyawuddeyawudde naye babeere n'omutima gumu mu mazima. Kizibu okubeera n'ebirowoozo ebimu, naye nga kisoboka okubeera n'omutima gumu. Abakkiriza batambulira mu mazima, era olw'okuba eriyo amazima gamu gokka, mu mazima ago tusobola okubeera n'omutima gumu.

Lweyongerayo nti, "...mpozzi nga mulagaanye ekiseera.

Mulyoke mubeerenga n'ebbanga ery'okusabiramu, ate mulyoke mubeerenga wamu..." Bwe batabeera bumu mu mutima, Setaani ajja kubakema. Basobola okuwulira nga bawuubaavu oba nga tebateredde bwe babeera nga tebali bumu era Setaani asobola okubakema mu mbeera eno. Bayinza n'okwonoona, n'olwekyo, balina okuba omuntu omu mu mutima amangu ddala nga bwe kisoboka.

Kale olumu kiyinza okuba nga tebasobola kubeera wamu mu mubiri. Bayinza okuba nga tebali wamu olw'okutuukiriza omulimu gwa Mukama, emirimu, bizinensi, oba embeera ez'enjawulo.

Okugeza, omu ku bo bw'aba alina okusiiba, okugendako ku lusozi okusaba, oba okuwaayo eri Katonda okusaba ekiro okumala ennaku 100, awo babeera 'bemmang'ana. Balina okukikola olw'ensonga ennungi. Era oluvannyuma lw'okusaba, balina okuddamu okubeera awamu.

Naye waliwo ekintu kye tulina okwegendereza ennyo mu mbeera eno ey'obutammang'ana. Katugambe twagala okugenda ku kanisa tusabe ekiro kyonna. Naye nga tetunakola ekyo, tulina okukkaanya. Omwami oba omukyala bwatawuliriza ndowooza ya munne ye n'akola nga bwayagala ennyombo wakati waabwe zijja kutandika era emirembe gigwewo ra ekyo tekisanyusa Katonda. Abaana baabwe bayinza n'okwonooneka. N'olwekyo omwami n'omukyala balina okukkiriziganya mu bintu byonna.

Kino kirina amakulu ag'okungulu n'ag'omwoyo, naye nga amakulu gombi ge gamu. Yesu ye mugole waffe omusajja ffe tuli bagole Be. N'olwekyo, tulina okuba obumu ne Mukama waffe Yesu nga Ye ge mazima. Kino kibeera kitegeeza nti bwe twegatta ne Kristo tujja kubeera bumu era tubeera n'omutima gumu ne Katonda. Abafiripi 2:5 wagamba, "Mmwe mubeerengamu okulowooza kuli, era okwali mu Kristo Yesu." Okusobola okukola kino tulina okutambulira mu mazima. Bwe tutambulira mu mazima, tubeera omu ne Yesu Kristo kubanga omutima Gwe, mazima ge nnyini.

Na bwe kityo, bwe twesonyiwagana ne Katonda? Kitegeeza nti, Setaani ajja kutukema. Bwe tutabeera bumu mu mazima, kitegeeza nti tubeera tutunuulidde ensi, tukemebwa okwonoona, era tujja kusekererwa Setaani mu kubonaabona kwaffe okuva mu bigezo n'okusoomoozebwa ebyo ebigoberera okwonoona. Naye bwe tubeera n'omutima gumu ne Mukama mu mazima, kitegeeza nti tutambulira mu kwagala kwa Katonda mu bujjuvu, nga n'olwekyo, tetujja kusisinkana bigezo byonna wadde okusoomoozebwa, era nga ne bwe tubisisinkana ajja kukola ku lw'obulungi bw'ebintu byonna.

Olunyiriri 6 lugamba, "Naye ebyo mbyogera nga nzikiriza bukkiriza, so siteeka tteeka." Omutume Pawulo yali musajja w'amaanyi era omujagujagu nga tannakiriza Mukama. Naye okuva lwe yasisinkana Mukama, bulijjo yasanyukanga, n'okwebaza Mukama, era n'akyuka okufuuka omuntu omutukuvu afaanana Mukama.

Yalinga ajjudde okwagala, wadde ye yasomesanga abantu teyabalagiranga nti oba mukole kino na kiri. Wadde yali mutume, nga talagira kisibo kye, wabula ng'abasomesa n'okubawa amagezi n'Ekigambo kya Katonda. Bwe tubeera bakulembeze mu kkanisa, tetulina kulagira mu bukulembeze, wabula tulina kubeera byakulabirako, kukkiriziganya n'okuzaamu abalala amaanyi.

Waliwo ekiseera ng'ekkanisa yonna erina okusiiba n'okusaba olw'ekintu ekikwatagana n'obwakabaka bwa Katonda. Naye ne mu mbeera nga zino, Ng'amba bugambi, "Tugenda kukola kino okusinziira ku kwagala kwa Katonda. Bw'oba oyagala era ng'osobola, twegattako. Naye, olina kwesalirawo nga ggwe okusinziira ku mirimu gy'Omwoyo Omutukuvu."

Naye olumu, ndaba abakulembeze abamu nga balagira mu bukulembeze bwabwe. Mpulira bubi nnyo bwe ndaba ebintu ng'ebyo era mbawa amagezi nga mbagamba, "Yesu teyajja kuweerezebwa wabula okuweereza. Tulina okweraba nga tuli wansi w'abantu abalala."

Si mu kkanisa wokka, wabula ne mu maka gaffe wakati w'abazadde n'abaana, mu bantu mu bitundu eby'enjawulo wakati w'abakulembeze baffe. Mu mbeera zonna, tulina okubeera abawombeefu ng'omutume Pawulo kubanga ogwo gwe mutima gwa Mukama. Omutima gwe gulung'amya era ne gukulembera abalala n'okwagala so si biragiro n'amateeka.

"Nandyagadde Abantu bonna Okubeeranga nga nze"

Nandyagadde abantu bonna okubeeranga nga nze. Naye buli muntu alina ekirabo kye ye, ekiva eri Katonda, omulala bwati, n'omulala bwati. (7:7)

Omutume Pawulo yayogera okusinziira ku ddoboozi, okwolesebwa, n'okulung'amizibwa kw'Omwoyo Omutukuvu. N'olwekyo kye yayogera kye kyali Ekgambo kya Katonda. Yagamba, "Nandyagadde abantu bonna okubeeranga nga nze." Olwo, lwaki teyagamba nti yali ayagala abantu bonna okubeera nga Yesu oba Katonda, wabula okubeera nga ye? Yalina omutima gwa Mukama nga ayagala Katonda mu bujjuvu n'okutambulira mu mazima. Yali ayagala abantu balabire ku bintu ebyo byonna. Kiki ekirala kye tuyinza okumuyigirako? Pawulo teyawasa. Yali talina mukazi mu ng'endo ze zonna esatu ez'obu minsane.

Mu 1 Abakkolinso 9:5-12 kyawandiikibwa nga Pawulo ayogera nti naye yalina eddembe okuba n'omukazi akkiriza, ng'abatume abalala bonna n'ab'oluganda mu kukkiriza, wamu ne Keefa. Naye, teyakikola ku lw'enjiri. Era yagamba nti

Obufumbo

yandyagadde abantu bonna okubeera nga "ye."

Wabula, mu lunyiriri 7 agamba nti buli muntu alina 'ekirabo kye ye ekiva eri Katonda'. Kyokka kino tekitegeeza bino ebirabo nga eby'ennimi, obunnabbi, oba okuwonya. Kitegeeza ekisa ekyabaweebwa Katonda.

Ffenna tulina ekisa kye twali tufunye okuva eri Katonda. Era ng'okusingira ddala, twalokolebwa ne tutagwa mu kuzikirira kwa Ggeyeena. Era twafuna n'obulamu obutaggwaawo. Twakyusibwa okuva mu baana ba setaani ne tufuuka abaana ba Katonda, era amannya gaffe gaawandiikibwa mu kitabo eky'obulamu mu Ggulu. Era nga kino kitundu ku kisa eky'amaanyi kye twafuna!

Naye, engeri omuntu gyawuliramu ekisa ekyo eyawukana okuva ku muntu omu okudda ku mulala. Abamu bayinza okugamba nti basobola okwewaayo obulamu bwabwe bwonna eri Katonda yekka. Ne basalawo obutawasa oba okufumbirwa kubanga ekisa kye baafuna okuva eri Katonda kyali ky'amaanyi nnyo.

Singa nali ntegedde Mukama era ne mukkiriza nga sinnawasa, Nange nandibadde ng'omutume Pawulo. Ekisa Katonda kye yampa kyali ky'amaanyi nnyo nga nayagala okumusasula olw'ekisa Kye n'omutima gwange gwonna, obulamu, emmeeme, n'amaanyi gange gonna nga mbeera mwesigwa Gyali. Ekisa omuntu kye yafuna okuva eri Katonda bwe kibeera ky'amaanyi bwe kityo, kibeera kirungi omuntu okusigala nga talina mukazi oba musajja nga Pawulo bwe yali.

Naye abatannafumbiriganwa ne bannamwandu mbagamba nti kirungi bo okubeeranga nga nze. Naye abo nga tebayinza kweziyiza, bafumbiriganwenga, kubanga kye kirungi okufumbiriganwanga okusinga okwakanga. (7:8-9)

Pawulo agamba abatannafumbiriganwa ne bannamwandu nti kirungi okusigala nga bwe bali nga Pawulo bwe yali. Ensonga eri ki?

Bwe bafumbiriganwa balina okulabirira abagalwa baabwe ng'eno bwe baweereza ne Katonda. Awo ebirowoozo byabwe bibeera byawuziddwamu. Omwami ayinza obutakyagala mukyala we bwagenda okusaba. Ng'ayagala asigale ewaka. Eriyo abantu abamu abanyiikivu mu mirimu gya Katonda nga tebannafumbiriganwa, naye bwe bafumbiriganwa, babeera mu kulabirira baana n'okulabirira amaka gaabwe era ne batandika okunafuyira mu mirimu gya Katonda. Eyo yensonga lwaki Pawulo agamba kisingako okusigala nga tolina musajja oba mukazi.

Kyokka era agamba nti tulina okufumbiriganwa bwe tuba tetusobola kwekuuma okwewala okwaka. Bwe tulaba abantu abalala nga bafumbiriganwa ne bazaala n'abaana, bwe tuwulira nga naffe kye twagala, kisingako ne tufumbirwa oba okuwasa.

Mu Matayo 5:28 Yesu agamba, "Naye nange mbagamba nti buli muntu atunuulira omukazi okumwegomba, ng'amaze okumwendako mu mutima gwe." Kisingako okufumbirwa oba okuwasa n'oba n'amaka agatya Katonda era agamuwereza mu kifo ky'okusigala obw'omu ate n'odda mu bwenzi. Si kibi okufumbiriganwa era Katonda tayinza kugamba nti tekimusanyusa.

Okwawukana

Naye abaamala okufumbiriganwa mbalagira, so si nze wabula Mukama waffe. Omukazi obutanobanga ku musajja we (naye okunoba bw'anobanga, awo abeerenga awo obutafumbirwanga oba atabaganenga ne musajja we), era n'omusajja obutalekangayo mukazi we. Naye abalala mbagamba nze, si mukama waffe, nti ow'oluganda yenna bw'abanga n'omukazi atakkiriza, omukazi bwatabagananga naye okubeera naye, tamulekangayo. N'omukazi bw'abeeranga n'omusajja atakkiriza naye bw'atabagananga naye okubeera naye, tanobanga ku musajja we. (7:10-13)

Mu lunyiriri 6 Pawulo agamba akkiriza bukkiriza so tateekawo mateeka, naye wano lwaki agamba nti abalagira? Bw'otuusa ku bantu Ekigambo kya Katonda, kibeera kiragiro. Bw'oyogera endowooza yo, obeera kyoyagala kibe. Tulina okutegeera enjawulo eriwo wakati ffe bye tulowooza nti bisaanidde n'ebiragiro.

Wano agamba nti kiragiro kubanga si kirowoozo kya Pawulo

wabula atuusa ku bantu okwagala kwa Katonda. Omuddu wa Katonda bwatuusa ku bantu okwagala kwa Katonda, tayinza kwogera nti, "Kisingako okukola ekyo, nkwegayiridde ky'oba okola." Alina okulagira kubanga kye Kigambo kya Katonda.

Ekyawandiikibwa awo waggulu kigamba nti abamala okufumbiriganwa obutayawukananga. Kitgeeza tebalina kunoba oba okwawukana. Bwe bakikola, tebalina kuddamu kufumbirwa wadde okuwasa omuntu omulala wabula basigalirewo oba okuddira abaagalwa baabwe.
Ekitali ku batakkiriza, abakkiriza si kituufu okwawukana. Ne bwe wabaawo obutakkaanya mu ndowooza, balina okutuuka ku nzikiriziganya. Buvunaanyizibwa bw'abakkiriza okwagala, okuba obumu, n'okusonyiwa.
Era wagamba, "...omusajja talekangayo mukazi we." Nga kitegeeza nti omusajja teyeesookanga mukazi we okumugamba ku by'okwawukana. Ebigambo eby'ekikula ekyo bibeera by'abatakkiriza, Si by'abakkiriza.

Ennyiriri 12-13 zigamba, "Naye abalala mbagamba nti, "ow'oluganda yenna bw'abanga n'omukazi atakkiriza, omukazi bwatabagananga naye okubeera naye, tamulekangayo. N'omukazi bw'abeeranga n'omusajja atakkiriza naye bwatabagananga naye okubeera naye tanobanga ku musajja we." Kino si Kigambo kya Katonda wabula ndowooza ya Pawulo. Naye nga kyenkana eringa ddala ng'okwagala kwa Katonda kubanga omutume Pawulo yawulira bulungi nnyo eddoboozi ly'Omwoyo Omutukuvu era ng'atambulira mu ngeri za Mukama.
Amateeka ag'Endagaano Enkadde gaalagiranga Abaisiraeri

obutawasa Bamawanga. Mu ngeri y'emu, mu kiseera ky'Endagaano Empya, kigamba nti abatakkiriza tebalina kufumbirwa oba okuwasa abo abatakkiriza.

Naye ate, wayinza watya okubeerayo embeera ng'omu ku bafumbo si mukkiriza? Watya ng'abatali bakkiriza baafumbiriganwa tebannakiriza, kyokka omu n'asalawo okutandika okugenda mu kkanisa era n'afuuka mukkiriza. Mu mbeera ng'eno, Kisingako ne munne bwamwegattako naye n'atandika okujja mu kanisa era naye n'akkiriza Mukama, naye kiyinza obutabeera bwe kityo.

Katugambe omukazi yatannaba kukkiriza njiri. Omwomi omukkiriza tayinza kugamba nti , "Njagala twawukane kubanga ogaanyi okujja ku kanisa." Bw'aba ng'omukazi atakkiriza akyayagala okubeera n'omwami we akkiriza, omusajja talina kwawukana naye.

Wano, tulaba embeera egamba nti, "bwatabagana naye okubeera naye" Kye kimu n'omukyala bwafuuka omukkiriza naye omwami nga si mukkiriza. Naye tekitegeeza nti omuntu asobola okugoba omwagalwa we bwatakkiriza kubeera naye.

Kubanga omusajja atakkiriza atukuzibwa na mukazi, n'omukazi atakkiriza atukuzibwa na wa luganda, singa tekiri bwe kityo, abaana bammwe tebandibadde balongoofu; naye kaakano batukuvu. (7:14)

Ekyawandiikibwa kyagambye nti tetulina kwawukana na mwami oba omukyala atakkiriza, era ensonga ennyonyolwa mu lunyiriri luno. Eky'okulabirako, omukyala bw'aba nga ye mukkiriza ng'omwami tali, mukyala we ayinza okusaba omwami we alokolebwe era nga bwamubuulira n'enjiri. Era, omukyala eyayombanga ne bba era nga babeera mu kuyomba buli ssaawa kyokka n'akakkana n'amutegekera byalina okumutegekera mu bukakkamu, omwami amala n'aggulawo omutima gwe.

Ng'omukyala bw'abuulira bba byalabye mu bulamu bwe obw'okukkiriza era n'amubuulira Ekigambo kya Katonda, ayinza okuba nga atabifaako mu kusooka, naye kijja kusimbibwa mu mutima gwe mpola mpola. Era ekinaavaamu, ensigo zino zonna zijja kutondawo omukisa okubeera ng'akkiriza Mukama. Omwami bwatandika okugenda mu kkanisa era n'atambulira mu Kigambo kya Katonda eky'amazima, ekinaavaamu ajja kutukuzibwa.

Si kyangu okusanga omusajja omukkiriza ngali n'omukyala atakkiriza, naye ng'embeera erina kubeera y'emu. Omwami bwatambuza amaka ge obulungi ng'eky'okulabirako, n'aba ng'ayambako nga mu mirimu gy'awaka, era ng'olumu awaayo ku mukyala we obulabolabo, ng'amufaako n'okumwagala ennyo, omukyala naye alina okumuwuliriza. Era ekivaamu, naye asobola okukkiriza enjiri, n'awuliriza ekigambo, n'agendanga mu kkanisa, era ekivaamu bwatyo n'atukuzibwa.

Olunyiriri 14 lugamba, "....abaana bammwe tebandibadde balongoofu; naye kaakano batukuvu." Kitegeeza ki? Mu mbeera ng'omu ku bafumbo yekka yajja mu kkanisa, ebiseera ebisinga omwana abeera atwalirizibwa nnyo omuzadde atagenda ku kkanisa.

Katugamba omwami yagenda ku kkanisa naye ng'omukyala tagenda. Awo, omukyala ajja kubeera tawuliriza mwami. Kitera okutegeeza nti omukyala alina empaka okusinga omwami. Kale, abaana baabwe bajja kukkiririza nnyo mu maama waabwe atakkiriza era tebajja kubeera na kukkiriza.

Obufumbo

Era, katugambe nti omukyala ye mukkiriza nga omwami tali. mu ngeri eno, omwami tajja kuwuliriza mukyala era ajja kubeera amuyigganya olw'okukkiriza kwe. Era, olw'eky'okulabirako kyawa abaana eky'obutagenda ku kkanisa. N'olwekyo, olunyiriri 14 lutegeeza nti, abazadde bombi bwe batabeera bakkiriza, oba omu ku bo bw'aba nga ye yekka akkiriza, si kyangu abaana okutukuzibwa.

Olunyiriri gye luggwera wagamba, "naye kaakano batukuvu." Kankinyonyole kye lutegeeza. Omu ku bazadde bwatambulira mu bulamu obulungi era nga takoowa kubuulira munne njiri, bombi bajja kufuuka bakkiriza. Era bajja kugenda beeyongera okufuuka ab'amazima. Abazadde bwe bafuuka batukuvu, era abaana baabwe nabo bwe batyo bajja kufuuka batukuvu nga bazadde baabwe.

Naye atakkiriza bw'ayawukananga, ayawukane. Ow'oluganda omusajja oba omukazi ttali mu buddu mu bigambo ebiri bwe bityo, naye Katonda yatuyitira mirembe. Kubanga ggwe omukazi, omanyi otya nga tolirokola musajja wo? Oba ggwe omusajja, omanyi otya nga tolirokola mukzi wo? (7:15-16)

Kino kitegeeza, nti omwami atakkiriza oba omukyala atakkiriza bwayagala okwawukana, omukyala oba omwami akkiriza ayinza okukkiriza ne baawukana. Naye tekitegeeza nti tulina okwawukana n'abaami baffe oba abakyala abatakkiriza. Kino kirina okutuukibwako ng'embeera eyitiridde.

Eky'okulabirako, singa embeera ekuwaliriza okulondawo ku kanisa n'omwami oba omukyala wo, okola otya? Toyinza kulondawo mwami wo mu kifo kya Katonda olyoke ogwe mu ggeyeena. N'omwami singa atabuka nga bwagamba, "Bw'ogenda ku kkanisa ng'omanya buno obufumbo obusiibudde!" Olwo obeera toyonoonye bw'oyawukana naye.

Mu ngeri eno, bw'ava ku Katonda n'amukuba amabega ng'atya bba okumuyigganya oba okumuleka, kitegeeza nti bino byamusanga talina kukkiriza. Asalawo okukwata ekkubo erigenda mu Ggeyeena kubanga yali talina kukkiriza.

Matayo 10:28 wagamba, "So 'temubatyanga abatta omubiri, naye nga tebayinza kutta bulamu, naye mumutyenga ayinza okuzikiririza obulamu n'omwoyo mu ggeyeena." Abantu basobola kutta mubiri, naye tebasobola kutta mwoyo.

Abantu basobola okubeera n'obuyinza ku bulamu buno obulabika mu nsi eno ey'ekiseera, naye Katonda yekka yasobola okuteeka emyoyo gyaffe mu Ggulu oba mu Ggeyeena. N'olwekyo, tulina kutya Katonda okusinga abantu. Tulina okugondera Ekigambo kye mu kutya.

Naye ekintu ky'okwawukana tetulina kukitwala ng'ekyangu. Tusobola okutegeera omutima gwa Katonda mu bigambo bino ebigamba nti, "Katonda yatuyitira mirembe." Kwe kugamba, Katonda ayagala tubeere n'amaka agalimu emirimbe ara agalimu obukakkamu. Eyo yensonga lwaki tulina okugezaako obutaawukana, nga tukola buli ekisoboka okulaba nti obufumbo bwaffe bweyagaza era bwegombesa, abafumbo abatakkiriza basobole okulokoka okuyita mu ffe.

Okusinziira ku Kigera ky'Okukkiriza

Kino kyokka, buli muntu nga Mukama waffe bwe yamugabira, buli muntu nga Katonda bwe yamuyita, atambulenga bw'atyo, era bwe ndagira bwentyo mu kkanisa zonna. Omuntu yenna eyayitibwa nga mukomole? Teyeggyangako bukomole bwe. Omuntu yenna eyayitibwa nga si mukomole? Takomolebwanga. (7:17-18)

Mukama yatuwa ekirabo ky'Omwoyo Omutukuvu okusobola okututwala eri obwakabaka obw'omu ggulu. Omwoyo Omutukuvu atuganya okutegeera amazima n'okutegeera ekibi. Omwoyo Omutukuvu atulokola okuyita mu kukkiriza kwaffe.

"Buli muntu nga Katonda bwe yamuyita, atambulenga bw'atyo," kitegeeza tulina okukola okusinziira ku kigera ky'okukkiriza kwaffe. Tusobola okubaako bye tukola okusinziira ku kisa kya Mukama ekituweebwa buli okukkiriza kwaffe gye kukoma okukula.

Tetusobola kuteeka maanyi ku bantu baakajja ku kanisa nga tugamba nti, "Olina okuggalawo edduuka lyo ku Sande," oba "Ojja kubonerezebwa bw'otaaweeyo kimu kya kkumi." Abaana abalina okunywa amata gokka, bw'obawa emmere ekaluba oba ennyama, bajja kufuna ekizibu. Tulina okusomesa buli omu n'amagezi okusinziira ku kigera ky'okukkiriza kwe.

Era ebyawandiikibwa bigamba, "Omuntu yenna eyayitibwa nga mukomole? Teyeggyangako bukomole bwe. Omuntu yenna eyayitibwa nga si mukomole? Takomolebwanga."

Abantu mu Isiraeri bakomolebwa ku lunaku olw'omunaana nga bakazaalibwa. Ke kabonero ak'endagaano ya Katonda gye yakola ne Ibulayimu ng'agamba nti, "Nze Katonda wammwe abakuuma era n'abatwala eri obulokozi, era mmwe bantu Bange."

Ekigendererwa eky'okungulu eky'okukomolebwa kugendererwamu kubeera bayonjo. Mu mwoyo kabonero akalaga okunyweza endagaano ne Katonda. Mu biseera by'Endagaano Enkadde, tebaafunanga Mwoyo Mutukuvu. Naye okuyita mu kukomolebwa baasobolanga okugenda mu maaso ga Katonda. Mu Ndagaano Empya, tetulokolebwa lwa bikolwa byaffe, na bwe kityo, tulina okukomolebwa mu mutima okweggyako ebitali biyonjo mu mutima gwaffe ku bw'Omwoyo Omutukuvu.

"Omuntu yenna eyayitibwa nga mukomole" kitegeeza nti y'omu kw'abo abantu ba Katonda engeri gyalina akabonero k'endagaano ya Katonda. Abo abatali bakomole kitegeeza Abamawanga. Okugamba abakomole obutegyako kukomolebwa kwabwe kitegeeza, nti bo ng'abantu ba Katonda, balina okutambulira mu mazima era baleme okuva mu kukkiriza. Ng'abaana ba Katonda, tetulina kutambula ng'abantu ab'ensi nga twonoona n'okwekkiriranya n'ensi, ng'abatali bakomole.

Era, "Eyayitibwa nga si mukomole" kitegeeza okuyitibwa nga munnaggwanga. Kale okugamba omuntu obutakomolebwa kyali kitegeeza nti Omukristaayo talina kutambulira mu bulamu Obw'ekikristaayo ate ne yeeyisa nga Abayudaaya abatuukiriza Amateeka okufuna obulokozi. Abo abaayitibwa nga Abamawanga balokolebwa okuyita mu kukkiririza mu Yesu Kristo, so si na bikolwa eby'okungulu.

Enjawulo eriwo Wakati "w'Ebikolwa Eby'okungulu" Ne "Okukwatanga Ebiragiro"

Okukomolwa si kintu, n'obutakomolwa si kintu, wabula okukwataga ebiragiro bya Katonda. Buli muntu abeerenga mu kuyitibwa kwe yayitirwamu. (7:19-20)

Twajja eri Katonda olw'okuyitibwa Kwe. Kale, tetulina kubeera bakomole nga bwe kyali mu Ndagaano Enkadde. Ekikolwa ng'ekyo si ly'ekkubo eritutwala eri obulokozi. Era tekisobola na kubeera mpeera yaffe mu Ggulu.

Olwo, tulina kukola tutya? Ebyawandiikibwa waggulu bitugamba nti tulina okulaga obukakafu obw'okwagala kwaffe eri Katonda nga tukwata ekkubo ery'obulokozi nga tukuuma amateeka ga Katonda.

Abamu kino bayinza okukitegeera obubi. Abantu abamu bagamba, "Kati tutambulira mu mulembe gw'Endagaano Empya, era tetulokolebwa lwa bikolwa by'Amateeka. Tulokolebwa lwa kukkiriza." Kino bakyogera kubanga tebategeera okukkiriza kye ki.

Kati olwo, njawulo ki eriwo wakati "w'ebikolwa eby'okungulu" ne "Okukwatanga ebiragiro?" Okukuuma amateeka ga Katonda kitegeeza okukomola omutima. Kwe kweggyako ebintu ebitali biyonjo si mu bikolwa byokka wabula n'okuva mu mutima okusobola okutambulira mu bulamu obuyonjo okusinziira ku Kigambo kya Katonda.

Mu biseera by'Endagaano Enkadde, kasita baasobolanga okukuuma Amateeka kungulu, babeeranga tebonoonye. Eky'okulabirako, ne bwe babeeranga n'ebirowoozo eby'obwenzi nga batunuulidde omukazi, tekyatwalibwanga nga kwonoona kubanga ky'abanga tekiteereddwa mu bikolwa.

Naye mu Ndagaano Empya, okubeera n'ebirowoozo eby'ekika ekyo kibeera kibi. Era, tulina n'okweggyako omutima guno gwe nnyini ogutali muyonjo. Si kukoma ku bikolwa, wabula n'okwegirako ddala agatali mazima ag'omu mutima okuva munda w'omutima gwaffe, olwo lwe tusobola okukuuma amateeka.

Kibeera tekitugasa okugoberera obugoberezi enkola oy'okutuukiriza ebikolwa eby'okungulu, awatali kukyusa mutima, kubanga tetulokolebwa bikolwa byaffe. Ne bwe tugendanga mu kkanisa era ne tuwa ekimu eky'ekkumi, tetusobola kulokolebwa bwe tutatambulira mu mazima nga tukyatambulira mu bikolwa eby'obutali butuukirivu. Bwe tutambulira mu bujjeemu nga tetukomodde mitima gyaffe, Katonda tayinza kugamba nti tulina okukkiriza.

Yensonga lwaki omutume Pawulo agamba tuleme okufuuka "abakomole" oba "abatali bakomole," wabula tukuume amateeka ga Katonda.

Abaruumi 10:10 wagamba, "...Kubanga omuntu akkiriza na mutima okuweebwa obutuukirivu, era ayatula na kamwa okulokoka." Nga bwe kyawandiikibwa, abo abakkiriza mu mutima bajja kukuuma amateeka ga Katonda. Bajja kweggyako ebibi eby'omu mutima era beekuume Amateeka Ge. Mu ngeri eno, babeera bakomola emitima gyabwe era ne bafuuka abatuukirivu.

Buli muntu abeerenga mu kuyitibwa kwe yayitirwamu

Olunyiriri 20 lugamba, "Buli muntu abeere mu kuyitibwa kwe yayitirwamu." Kitegeeza, bwe tukkiriza Yesu Kristo, tulina okukiraga mu bikolwa byaffe era twagale mu mazima (1 Yokaana 3:18).

Abantu abamu bagamba, "Siyinza kugenda mu kanisa kubanga ndi mutamiivu." Abalala bayinza okugamba nti, Sande tebagisobola kubanga balina okubeera mu dduuka" oba ne bawa ensonga endala ezibaviirako obutasaba Sande. Naye Katonda agamba tulina okugenda Gyali mu mbeera yaffe yonna nga bweri era ne tugezaako kye tusobola okubeera abeesigwa mu bikolwa ne mu mazima.

Wayitibwa ng'oli muddu? Tokyerariikiriranga, naye okuyinza

bw'oyinzanga okuweebwa eddembe, wakiri obeerenga nalyo. Kubanga mu Mukama waffe eyayitibwa nga muddu, aweeba Mukama waffe eddembe, bwatyo eyayitibwa nga wa ddembe ye muddu wa Kristo. (7:21-22)

Abantu abasinga balina ekitongole oba ekibiina mwe bava. Ebyawandiikibwa bino bitugamba obuteeraliikirira bwe tuyitibwa nga tuli baddu b'ekintu ekirala. Wadde emibiri gyaffe misibe olw'omuntu omulala oba ekintu, emitima gyaffe gikyasobola okunoonya Katonda era ne gigoberera amazima.

Kale kituufu, kyandisinzeeko okubeera n'eddembe mu ddiini zaffe. Kisingako okukola n'obwesigwa ku lw'obwakabaka bwa Katonda mu kifo ky'okubeera omusibe. N'olwekyo, embeera zombi si mbi, naye nga, kisingako okubeera n'eddembe.

Olunyiriri 22 lugamba, "Kubanga mu Mukama waffe eyayitibwa nga muddu, aweeba Mukama waffe eddembe"

Tuli ba Mukama bwe tugulawo omutima gwaffe ne tukkiriza Yesu Kristo. Mu kyawandiikibwa, 'omuddu' asobola kubeera wa biti bibiri.

Ekiti ekisooka ye muddu eyasibibwa mu nsi. Naye kino tekitegeeza buli muddu mu nsi muno. Naye kitegeeza abantu abaddu eri omulimu ogw'omu nsi naye nga bawaayo emitima gyabwe eri Mukama. Bwe bakuuma ebiragiro bya Mukama n'omutima ogw'ekika kino, bajja kubeera ba ddembe mu Mukama nga bwe kyawandiikibwa mu Yokaana 8:32 awagamba nti, "era mulitegeera amazima, n'amazima galibafuula ba ddembe."

Era, waliwo abasibe abaasibibwa mu Mukama. Be baweereza n'abakozi b'emirimu gya Katonda abakola mu kkanisa nga baweereza Katonda. N'abo babeera ba ddembe mu Mukama.

Abamu ku bakkiriza abapya, abo abatamanyi mazima bulungi, oba abo abaawalirizibwa okubaako kye bakola mu kkanisa bagamba nti baasibibwa Mukama era tebabeera ba ddembe. Balowooza baasibibwa Katonda oba ekkanisa, naye nga mu mazima, tebaasibibwa era baddembe. Lwaki kiri kityo?

Bwe babeera tebayitibwa baddu ba Mukama, olwo babeera baafuuka baddu bani? Bayinza okuba baafuuka baweereza ba nsi eno, abaweereza b'omulabe Setaani. Kati baateebwa ku njegere zino, ne bafuna eddembe lye nnyini. Era bakutte ekkubo ery'obulamu obutaggwaawo. Era lino lye ddembe erya nnama ddala.

Bw'ofuuka omusumba oba n'obaako obuvunaanyizibwa bw'otuukiriza mu kkanisa, kitegeeza okolerera bwakabaka bwa Katonda n'obutuukirivu, n'ab'oluganda mu kukkiriza. Eno yengeri ey'okufuna obulamu obutaggwaawo, emikisa wano ku nsi, n'empeera mu ggulu.

Yengeri gyosobola okubeera omulamu mu mubiri ne mu mwoyo, era omwoyo gwo ne guba bulungi, ne baganda bo mu kukkiriza. Eno yengeri ey'essanyu era engeri ennungi. Kale tulina okukola kye tusobola olw'emirimu gya Mukama era tufune okukkiriza okutuufu, eddembe, n'emirembe.

Ku kikwatagana na kino, Pawulo agamba, "bwatyo

eyayitibwa nga wa ddembe" bwe yamala okwogera kino, lwaki azzaako nti, "ye muddu wa Kristo"? Omuddu alina okugondera mukama we essaawa yonna mu mbeera yonna. Omuweereza wa Katonda aweereza Katonda nga mukama We, nga n'olwekyo, talina kukolera ku birowoozo bye wadde n'akamu, wabula agoberera ebya Katonda, ng'ate ge mazima.

N'olwekyo, kiri gye tuli okugoberera ekkubo ery'obulamu obutaggwaawo. Tuli abaddu abaasibibwa mu mazima mu maaso ga Katonda. Tusobola okufuukira ddala ab'eddembe bwe tubeera mu mazima.

Mwagulibwa na muwendo, temufuukanga baddu ba bantu. Ab'oluganda okuyitibwa buli muntu kwe yayitirwamu abeerenga mu kwo wamu ne Katonda. (7:23-24)

Okutuwa obulamu obutuufu, Katonda yatugula n'omusaayi ogw'omuwendo omungi ennyo ogw'Omwana We omu yekka Yesu. N'olwekyo, tetuli baffe, wabula ba Katonda. Bwe tutafuna mikisa kibaawo lwakuba obulamu bwaffe tubeera tetubuwadde eri Katonda. Tusobola okubeera n'essanyu n'eddembe ebya nnamaddala era tusobola n'okutambula ne Katonda nga tuli bulungi bwe tumuwa buli kyonna kye tulina.

Ng'omutume Pawulo bwe yayogera mu 1 Bakkolinso 15:31 ng'agamba nti, "Nfa bulijjo," naffe tulina okufa bulijjo era tufuuke abawombeefu eri amazima. Olwo nno, Katonda asobola okufuga endowooza zaffe n'ebirowoozo. Tujja kusobola okuwulira obulungi eddoboozi ery'Omwoyo Omutukuvu era tulung'amizibwe eri ekkubo ery'okubeera obulungi.

"Temufuukanga baddu ba bantu" tekitegeeza nti tetulina kusibibwa ku mirimu gy'ensi eno. Wabula kitegeeza nti tetulina kugoberera amateeka g'abantu ago agakontana n'amazima. Yesu era yagamba mu Matayo 10:28, "So temubatyanga abatta omubiri, naye nga tebayinza kutta bulamu, naye mutyenga ayinza okuzikiririza obulamu n'omubiri mu Ggeyeena."

Omubiri gwaffe gwa kaseera buseera era buli omu wa kufa, naye emyoyo gyaffe gibeerawo emirembe n'emirembe. N'olwekyo, tetulina kutya bantu abatta omubiri naye tutye Katonda yekka oyo afuga emyoyo.

Mu kiseera kya Danyeri, kabaka we abakungu be baamutega akatego n'ateeka etteeka erigaana omuntu yenna okusaba eri katonda omulala yenna oba omuntu atali kabaka okumala omwezi mulamba. Naye Danyeri teyakigondera kubanga kyali kikontana n'amazima.

Wadde yali akimanyi nti baali baakumusuula mu bunnya bw'empologoma, etteeka teyaligondera asobole okusanyusa Katonda. Yali tatya bantu abayinza okutta, wabula yatya Katonda yekka. Yagoberera Amaeeka ga Katonda era ekyavaamu Katonda n'akola ku lw'obulungi obwa buli kintu.

Mu bikolwa Essuula 4, tulaba bakabona bonna, n'omukulu wa yeekaalu, abakadde n'abasaddukaayo nga batiisatiisa abatume nga babalagira obutaddamu kubuulira ku yesu Kristo. Naye Peetero ne Yokaana ne babaddamu nga babagamba nti

"Oba kirungi mu maaso ga Katonda okuwulira mmwe okusinga Katonda, mwogere, kubanga ffe tetuyinza kulema kwogeranga bye twalaba bye twawulira" (olu.19-20).

Baali bategeeza nti baali baakugoberera Ekigambo kya Katonda, so si bigambo by'abantu, kubanga Katonda yabalagira okubuulira enjiri era baleme okutya okuyigganyizibwa kwonna. Tetulina kufuuka baddu ba b'abantu, wabula tugonderenga Kigambo kya Katonda kyokka, oyo eyatugula n'omuwendo era yatutwala eri obulamu obutaggwaawo.

Olunyiriri 24 lugamba, "Ab'oluganda okuyitibwa buli muntu kwe yayitirwamu abeerenga mu kwo wamu ne Katonda." Kino kitegeeza ki? Kino kitegeeza tusobole okutambulira mu mbeera mwetwayitirwamu. Tetulina kwogera nti, "Njagala kubeera mwesigwa eri Katonda, era n'omulimu gwange njakuguvaako era mpeereza Katonda kyokka."

Tulina okweyongeranga okutambulira mu Kigambo kya Katonda, nga tufulumya evvumbe eddungi erya Kristo, n'ekitiibwa tukiddize Katonda nga tulokola emyoyo emirala egy'abo abali mu mbeera naffe gye twalimu edda.

Kirungi Omuntu Okubeera nga Bwali.

Naye ku by'obutafumbiriganwa sirina kiragiro kya Mukama waffe, naye mbagamba nze ng'omuntu Mukama waffe gwe yasaasira okubeera omwesigwa, kale ndowooza kino okubeera ekirungi olw'okubonaabona okwa kaakano, nga kirungi omuntu okubeera nga bw'ali. (7:25-26)

Pawulo agamba nti bwe kituuka ku mbeerera talina kiragiro kuva eri Mukama. Mu Bayibuli, oba mu Ndagaano Nkadde oba mu Ndagaano Mpya, tewali kulung'amizibwa kwonna ku kufumbirwa kw'embeerera. Mukama waffe musaasizi, mutuukirivu, era ajjudde okwagala. Awatali kwemulugunya, kwejjusa, oba okukyawa, ne bwe yali ng'abonyabonyezebwa, omutume Pawulo yasigala mwesigwa okutuuka ku ssa ly'okufa ku lwa Mukama ono.

Era ne Pawulo yawa Ndowooza ye. Olw'okuba tewaali kiragiro kya Katonda nti ki kino ku kuſumbirwa kw'emberera, yayogera mu lunyiriri oluddako nti, "yali abagamba nga ye omuntu." Kyokka yali ayogera okusinziira ku kulung'amizibwa kw'Omwoyo Omutukuvu. Era kye yava akiteekako essira ng'agamba nti, "naye mbagamba nze ng'omuntu Mukama waffe gwe yasaasira okubeera omwesigwa."

Olunyiriri 26 lugamba, olw'okubonaabona okwa kaakano, nga kirungi omuntu okubeera nga bw'ali. Abakkiriza bakimanyi nti amannya gaabwe gaawandiikibwa mu kitabo eky'obulamu. Era bakimanyi nti, Mukama lwalidda, wajja kubaawo Okubonaabona okw'amaanyi, obwakabaka obw'Ekyasa, N'omusango ogw'oku Namulondo Ennene Enjeru. Wano, bwagamba nti 'olw'okubonaabona okwa kaakano,' Pawulo yali tategeeza nti yali ebula ebbanga ttono Mukama okudda mu bbanga.

Kuno kwe kubonaabona okusisinkana buli omu. Abamu bafa bato. Abalala, wadde nga balamu bulungi bafiira ku myaka nsanvu oba kinaana gyokka. Omubiri bwe gufa, babeera tebalina kyakukola kirala wabula okuyimirira mu maaso g'omusango gwa Katonda. N'olwekyo, okubonaabona kwolekedde buli muntu yenna, abo abaaliwo emyaka enkumi bbiri egiyise n'abo abalamu olwaleero.

Pawulo yagamba nti kyali kirungi omuntu okubeera nga bwali. Olunyiriri oluddako lunyonyola lwaki.

Wasibibwa n'omukazi? Tonoonyanga kusumululwa. Wasumululwa ku mukazi? Tonoonyanga mukazi. Naye okuwasa bw'owasanga, nga toyonoonye, n'omuwala bw'afumbirwanga, nga tayonoonye, naye abali bwe batyo banaabeeranga n'okubonaabona mu mubiri, nange mbasaasira. (7:27-28)

Okusibibwa n'omukazi kitegeeza nti omuntu abeera mufumbo. Olunyiriri 4 olw'essuula eno lugamba nti omukyala talina buyinza ku mubiri gwe ye, naye omusajja yabulina. Era mu ngeri y'emu, omwami talina buyinza ku mubiri gwe ye, naye mukyala we yabulina. Abaami n'abakyala buli omu asibibwa munne, nga buli omu talina buyinza ku mubiri gwe ye.

Okusumululwa kitegeeza okwawukana oba okunoba n'ebiringa ebyo, "Tonoonyanga kusumululwa" kitegeeza nti tetulina kunoonya kwawukana. Era, bwe tuba nga twayawukana dda oba ng'abagalwa baffe baafa, Pawulo atukubiriza okusigala "nga bwali."

Kyokka, obeera toyonoonye bw'owasa oba okufumbirwa. Ensonga lwaki Pawulo yayogera kino lwakuba yabagala nnyo. Kwe kugamba, tujja kubonaabona bwe tunaafumbirwa.

Eky'okulabirako, omusajja bwasigala nga talina muntu, abeera asobola okwagala Katonda era n'okuba omwesigwa eri Katonda nga bwayagala nga teri amukuba ku mukono. Asobola n'okulabirira emyoyo emirala era n'abeera ne mu kusaba kw'ekiro kwonna, kubanga abeera tasibiddwa muntu yenna.

Naye bw'aba mufumbo, ajja kweraliikirira mu bulamu bwe kubanga talina ddembe lijjuvu ku bulamu bwe ye. Alina okulabirira amaka ge ng'akola nnyo okusobola okubabeezaawo. Ne bw'abaako kyayagala okukolera Katonda, ayinza okulemesebwa kubanga abeera alina okubeera ne mukyala we oba abaana. Naddala abakyala, bayinza n'okulemererwa okujja mu kkanisa ku Sande singa omwami abeera talina kukkiriza.

Naye kino kye njogera, ab'oluganda, nti ebiro biyimpawadde, okutanula kaakano abalina abakazi babe ng'abatalina. Era n'abo abakaaba babe ng'abatakaaba, n'abo abasanyuka babe ng'abatasanyuka, n'abo abagula babe ng'abatalina, n'abo abakoza eby'omu nsi babe ng'abatabikoza bubi, kubanga engeri ey'omu nsi muno eggwaawo. (7:29-31)

Ebyawandiikibwa bino bitulaga bulungi nnyo ekika ky'obulamu abakkiriza bwe balina okutambuliramu mu kiseera kino ng'okujja kwa Mukama okw'omulundi ogw'okubiri kusembedde.

Wagamba, "Abalina abakazi babe ng'abatalina." Tekitegeeza nti twawukane n'abagalwa baffe! Kyokka, wadde omuntu asibiddwa ku mukazi we, tewalina kubaawo mbeera omuntu n'alemererwa okukola byalina okukolera Katonda kubanga asinga kufaayo eri mukazi we. Alina okuwa, ekirina okuweebwa Katonda, kyokka ng'alina n'okubeera omwesigwa n'eri ab'omu maka ge. Alina okutuukiriza obuvunaanyizibwa bwe ng'omwami. Naye talina kusoosa mukyala we mu kifo kya Katonda.

Era wagamba, "... N'abo abakaaba babe ng'abatakaaba." Wadde waliwo amaziga mangi, ennaku, n'obulumi bungi mu nsi muno, tulina okusanyukanga n'okwebaza n'esuubi mu bwakabaka obw'omu Ggulu, ne bwe tubeera wakati mu bigezo n'okusoomoozebwa. Tulina okutambulira mu kisa kya Katonda nga tutegeka amafuta gaffe.

Ate olwo "n'abo abasanyuka babe ng'abatasanyuka" kitegeeza ki?

Katugambe ofunye emikisa era ng'oli mukujjaguza. Naye, bw'ogenda eri omuntu ali mu nnaku n'omulaga essanyu lyo ng'onyumya nga bw'ofunye emikisa, omuntu oyo ayinza okwongera okunakuwala. N'olwekyo, tulina okusoma embeera nga bweri.

Olwo ate ne wagamba, "... n'abo abagula babe ng'abatalina." Kitegeeza nti abo abagagga ku nsi tebalina kugezaako kulaga nti balina. Ne bwe tubeera bagagga nnyo, tekijja kubaamu kantu nga Mukama akomyewo. Tetulina kwenyumiriza mu bintu ebiggwaawo era ebibulawo; Tulina okumatira n'ebintu bye tulina.

Nga tusemberera okujja kwa Mukama okw'omulundi Ogw'okubiri, abo abakozesa ebintu by'omu nsi balina okubeera ng'abo abatabikozesa. Ebintu bingi eby'ensi eno bikozesebwa ku lw'okusinza bakatonda abalala, mu kwejalabya, kwesanyusa, n'okukuba zaala, bino si bya butuukirivu mu maaso ga Katonda.

N'olwekyo, tulina okwefuga mu bintu bino. Tetulina kwejalabya nnyo ekiyinza okuviirako baganda baffe mu kukkiriza okwesittala. Era, omuntu bweyeenyigira mu kwejalabya ng'embeera mwabikolera tesaana, abantu bajja kumulaba ng'ataliimu.

Ensonga lwaki tulina okukola ebintu ebyo byonna eby'ogeddwako waggulu, lwakuba buli kintu kyonna mu nsi eno kijja kuggwaawo. Buli kintu kyonna ku nsi kuno butaliimu, era kijja kugwaawo. Tetulina kintu kyonna kikwatikako kye tujja kugenda nakyo nga tuvudde mu nsi eno nga Mukama atuyise. Buli kimu kijja kufuuka ekitaliimu. Obugagga n'ebingi bye tweyagaliramu bwe bibeera nga byesittaza abalala, kisingako bwe tutalemera ku bintu ebyo.

Naye njgala mmwe obuteeraliikiriranga. Atali mufumbo yeeraliikirira bya Mukama waffe, bw'anaasanyusanga Mukama waffe, naye omufumbo yecrariikirira bya mu nsi, bw'anaasanyusanga mukazi we. Era waliwo enjawulo ku mufumbo n'omuwala. Atafumbirwa yeeraliikirira bya

Mukamua waffe, abeerenga mutukuvu omubiri n'omwoyo, naye afubirwa yeeraliikirira bya mu nsi, bwanaasanyusanga musajja we. (7:32-34)

Mukama yagamba mu Lukka 16:13, "Temuyinza kuweereza Katonda ne mamona." Kino kitugamba nti tetulina kubeera ba nampawengwa. Omusajja atannawasa asobola okunoonya Katonda yekka. Ebiseera bye eby'eddembe ajja kubimala ng'anoonya bwasanyusa Katonda era ng'akolerera bwakabaka bwa Katonda n'obutuukirivu.

Naye bw'awasa, alina okulabirira ab'omu maka ge n'ebintu ebirala eby'omu nsi, kale kibeera kimuzibuwalira okubeera omwesigwa eri Katonda.

Bwe kituuka ku mukazi, namwandu oba omuwala atalina musajja, n'abo babeera bateeka omwoyo gwabwe ku kusanyusa Katonda mu bulamu bwabwe. Bafuba nnyo okutambulira mu bulamu obutuukirivu nga bagezaako okwewunda ng'abagola abalindirira bbaabwe nga ye Mukama.

Naye bwe bafumbirwa, ebirowoozo byabwe bibeera byawuziddwamu. Babeera balowooza ku bintu nga, basanyusizza batya abaami baabwe, balabise batya obulungi, basobola batya okwagalibwa ennyo abaami baabwe n'okufiibwako. Tekitegeeza nti ebintu bino bibi. Omukyala alina okukikola. Bw'aba asobola, kiba kirungi n'ayagalibwa bba ne basobola okubeera n'amaka amasanyufu.

Njogedde ekyo olw'okubagasa mmwe bennyini, si lwakuba nga kyambika, wabula olw'obulungi era mulyoke muweerezenga Mukama waffe obutategananga. (7:35)

Pawulo yayogera ku bizibu ebiri mu kufumbiriganwa, era kati mu lunyiriri luno, agamba nti kisingako okwewaayo eri Mukama nga tetulina bbala lyonna wadde olufunyiro nga tulina essuubi n'okumanya empeera eziri mu bwakabaka obw'omu ggulu.

Pawulo yayogera ebintu ebyo si kutumalako mirembe, wabula olw'okuba ffe tuganyulwamu. Anyonnyola ekisingako obulungi na lwaki. Okuwasa oba okufumbirwa si kibi, era bw'oba oyagala okufumbirwa oba okuwasa, toganya nnyiriri ezo waggulu kukusibira mu kintu ky'otawuliriramu mirembe.

Era, si kwe kukkiriza okulabikalabika omuntu okwewaayo n'okusalawo obutawasa oba obutafumbirwa mu nnaku zino. Kino omuntu ayinza okukikola, abeera ayagala nnyo Katonda ku ddaala erisingirayo ddala, nga n'olwekyo, tolina kumala galayira nti tolifumbirwa oba okuwasa.

Naye nga bwotegeerera ddala okwagala kwa Katonda munda ddala mu mutima gwo era bw'oba nga weebaza Katonda olw'ekyo, Katonda ajja kukisanyukira nnyo bw'obeerawo ku lulwe Yekka. Bwoweereza Katonda ng'eno bwoweereza n'ensi eno, ebirowoozo byo bijja kubeera byawuzibwamu. Eyo yensonga lwaki Pawulo yannyonnyola bwatyo ng'atutegeeza okwagala kwa Katonda.

Embeera Abazadde B'omuwala Embeerera mwe Balina Okumufumbiriza ne Bannamwandu oba Abaafiirwa bakazi baabwe Lwe Balina okuddamu okuwasa oba Okufumbirwa

Naye omuntu bwalowoozanga nga takola bulungi muwala we, oba nga ayitiridde obukulu, era oba nga kigwana okubeera bwe kityo, akolenga bw'ayagala tayonoona, bafumbiriganwe. Naye oyo anywera mu mutima gwe, nga tawalirizibwa naye ng'ayinza okutuukiriza bw'ayagala ye, era yamalirira kino mu mutima gwe okukuumanga muwala we, alikola bulungi. Kale afumbiza muwala we akola bulungi, era n'oyo atalifumbiza ye alisinga okukola obulungi. (7:36-38)

Pawulo ayogera eri taata alina omuwala atuuse okufumbirwa. Taata alina okukkiriza okuwera era atayagala muwala we kufumbirwa. Naye Pawulo anyonnyola ku mbeera bwe waba nga waliwo obutakkaanya ku ndowooza ya taata eno, agamba, "...nti kyakola muwala we embeerera tekiba kirungi."

Eky'okulabirako, maama w'omwana bwagamba nti muwala

we afumbirwe, oba omwana yennyini yayagala okufumbirwa. Kyokka, mu kukkiriza kwa taata, tayagala muwala we kufumbirwa. Naye bwe wabaawo obutakkaanya, ebigezo okuyigganyizibwa okusoomoozebwa eri taata olw'obutayagala muwala we kufumbirwa, olwo nno tekibeera na buzibu singa alese muwala we n'afumbirwa, kubanga tekubeera kwonoona okufumbirwa.

Embeera ekontana kw'eno enyonyolwa mu lunyiriri 37. Taata alina omuwala embeerera ng'alina okukkiriza okunywevu era ng'ayagala okuwa muwala we amagezi nti akwate ekkubo ery'omukisa. Bwe watabaawo mbeera ekontana nakusalawo okwo, nga tewali kuyigganyizibwa wadde ebigezo. Mu mbeera ng'eno, bwe watabaawo kiremesa kyonna, bw'aba n'obuyinza era kyayagala kikkiriziddwa era ng'asazeewo okukukuuma muwala we embeerera nga tafumbiddwa, aba akoze bulungi.

Kyokka olwaleero abazadde bayinza obutaba na buyinza obwo bwonna, naye edda, abantu baafumbirwanga omuntu abazadde gwe baamulonderanga. Naye olwaleero, omwana kyayagala kikulu nnyo okusinga eky'omuzadde.

Kisingako mu kukkiriza okukuuma muwala wo nga mbeerera, naye tolina kukyerariikirira. Kisingako mu maaso ga Katonda omukazi atalina mwami n'asigala bwatyo. Kyokka obeera toyonoonye oba toweebuuse okufumbirwa.

Omukazi asibibwa musajja we ng'akyali mulamu, naye musajja we bw'aba nga yeebase, nga wabusa afumbirwenga gw'ayagala, kyokka mu Mukama waffe; naye aba musanyufu okusigala nga bw'ali, nga nze ndowooza, era ndowooza nga nange nnina Omwoyo gwa Katonda. (7:39-40)

Omukazi bwafumbirwa, nga bwe kiri mu 1 Abakkolinso 7:4, omubiri gwe gubeera gufugibwa bba. Kyokka omwami we bw'afa, alina eddembe okuddamu okufumbirwa. Naye kino kirina kukolebwa mu Mukama, ekitegeeza nti omwami alina ku muzuula mu bakkiriza. Omukkiriza alina okufuna bba oba omukyala mu bakkiriza. Bingi ebyogeddwa ku kino mu Ndagaano zombi Enkadde n'Empya.

Abamu bagamba, "Si kye kisingako omukkiriza okufuna atakkiriza asobole okumulung'amya eri Katonda?" Ekyo bwe kibeera kisoboka, kiba kirungi nnyo. Naye ng'ebiseera ebisinga, ekyo tekitera kubeera kityo.

Lumu, omukkiriza omukyala yajja na neebuuzaako. Yali ajjanga mu kkanisa nga tannafumbirwa, omwami we bwe yamutuukirira nti ayagala kumuwasa, si yali mukkiriza. N'amugaana ng'agamba tayinza kufumbirwa atali mukkiriza. Omusajja oyo naye n'atandika okujja mu kkanisa, era ekyavaamu ne bafumbiriganwa.

Naye yatuuka eyo ne yeekyusa ng'amaze okumuwasa era n'alekerawo n'okujja mu kanisa. Era, teyakoma ku butajja mu kanisa n'atandika n'okuyigganya omukyala olw'okujjanga ku kanisa. Kyali kibi nnyo.

Omulabe setaani asiikuula emitima gy'abantu abamu abatwetoolodde okutuggyako okukkiriza kwaffe. Nga empologoma ejja ng'ewuluguma ne setaani abeera anoonya gw'anaalya. Okujjako nga tuyimiridde ku lwazi olw'okukkiriza, tusobola okulimbibwa setaani era mu kwekkiriranya tuyinza n'okuviira ddala ku Katonda.

Olunyiriri 40 lunnyonyola okusalawo okusingako. Tulina eddembe okwesalirawo okufuna omusajja oba omukazi oba nedda, naye nga kisingako okukikolera mu Mukama. Naye olunyiriri lugamba nti kisingako abo abagala ennyo Katonda okusigala nga tebalina mwami oba mukyala.

Era, ensonga lwaki Pawulo yagamba, "era ndowooza nga nange nina Omwoyo gwa Katonda," lwakuba abantu bayinza okulowooza eyo yali ndowooza ya Pawulo, kubanga, 'alowooza'.

Olunyiriri luno lulina amakulu ga mirundi ebiri ag'okulowoozaako. Agasooka: "Nfunye Omwoyo Omutukuvu, ne Njogera okusinziira ku Mwoyo Omutukuvu." Amalala: "Nange neewaddeyo eri Katonda awatali kufuna mukazi. Nsazeewo ekisingako okusinziira ku kwagala kw'Omwoyo Omutukuvu."

Ebikwata ku Muwandiisi:
Dr. Jaerock Lee

Dr. Jaerock Lee Yazaalibwa Muan, ekisangibwa mu ssaza lye Jeonnam, mu Nsi ye Korea, mu mwaka gwa 1943. Ng'ali mu myaka amakumi abiri, Dr. Lee yabonaabona n'endwadde nnyingi ez'olukonvuba okumala emyaka musanvu era ng'alinda bulinzi kufa awatali ssuubi lya kuwona. Wabula lumu mu biseera eby'omusana mu mwaka gwa 1974, yatwalibwa mwannyina mu kanisa era bwe yafukamira wansi okusaba, amangu ago Katonda Omulamu n'amuwonya endwadde ze zonna.

Okuva Dr. Lee bwe yasisinkana Katonda Omulamu okuyita mu ngeri ennungi bw'etyo, ayagadde Katonda n'omutima gwe gwonna era n'amazima, era mu mwaka gwa 1978 yayitibwa okuba omuweereza wa Katonda. Yasaba n'amaanyi ge gonna n'okusiiba asobole okutegeera obulungi okwagala kwa Katonda, alyoke akutuukirize mu bujjuvu era agondere Ebigambo bya Katonda byonna. Mu 1982, yatandika ekanisa eyitibwa Manmin Central Church esangibwa mu kibuga Seoul, eky'omu nsi ye Korea, era eby'amagero bya Katonda ebitabalika, omuli okuwonya okw'ebyamagero bizze bibeerawo mu kanisa ye.

Mu 1986, Dr. Lee yatikkirwa ku mukolo Annual Assembly of Jesus ogwali mu Sungkyul Church of Korea, n'afuuka omusumba era oluvanyuma lw'emyaka ena mu mwaka gwa 1990, obubaka bwe bwatandika okuzanyibwa ku butambi mu nsi ya Australia, Russia, Philippines, n'ensi endala nnyingi ku mikutu nga Far East Broadcasting Company, Asia Broadcast Station, ne Washington Christian Radio System.

Nga wayise emyaka essatu mu 1993, Manmin Central Church yalondebwa okuba "emu ku kanisa 50 ezikulembedde mu nsi yonna" nga bino byafulumizibwa aba Christian World magazine (ng'efulumira mu Amerika) era n'afuna ekitiibwa ky'obwa Dokita mu By'eddiini okuva mu ttendekero eriyitibwa Christian Faith College, eky'omu kibuga Florida, ekisangibwa mu Amerika, era mu 1996 yaweebwa eky'obwa ssabakenkufu mu ttendekero lye Kingsway Theological Seminary, eky'omu kibuga Iowa, mu Amerika.

Okuva omwaka gwa 1993, Dr. Lee akulembeddemu okutambuza enjiri mu nsi yonna okuyita mu kuluseedi ennyingi z'akubye emitala w'amayanja nga kuluseedi eyali e Tanzania, Argentina, L.A., Baltimore City, Hawaii, ne New York City eky'omu Amerika, Uganda, Japan, Pakistan, Kenya, Philippines, Honduras, India, Russia, Germany, Peru, Democratic Republic of the Congo, Israel ne Estonia.

Mu 2002 empapula ez'amaanyi mu Korea z'amuyitanga "omusumba ow'ensi yonna" olw'emirimu gye mu nsi ez'enjawulo gye yakubanga Kuluseedi ennene ennyo. Naddala, kuluseedi ye ey'omu kibuga New York eyaliyo mu 2006 nga yayatiikirira nnyo, Kuluseedi eyali mu kisaawe ekimanyiddwa ennyo ekiyitibwa Madison Square Garden era nga yayita ku mpewo ku mikutu gy'empuliziganya mu nsi 220, mu kuluseedi gye yakuba mu Isiraeri mu mwaka gwa 2009 mu kifo ekiyitibwa International Convention Center (ICC) ekisangibwa mu Yerusaalemi era n'alangirira mu buvumu nti Yesu Kristo ye Mununuzi era Omulokozi.

Obubaka bwe bwatuuka mu nsi 176 okuyita ku setilayiti n'omukutu ogumanyiddwa nga GCN TV era mu mwaka gwa 2009 ne 2010 akatabo akamanyiddwa ennyo mu Russia kafulumya nti Dr. Lee y'omu ku bakulembeze b'eddiini 10 abasinga okukwata ku bantu, mu katabo Victory ne mu new agency Christian Telegraph olw'obuweereza bwe ku TV obw'amaanyi ne mu makanisa agali ebunaayira gasumba..

Weguweredde omwezi ogw'okutaano mu 2013, Ekanisa ya Manmin Enkulu eweza ba memba abasuka mu 120,000. Waliwo amatabi g'ekanisa 10,000 mu nsi yonna, nga 56 gali mu nsi ye Korea, era aba minsani 129 beebakasindikibwa mu nsi 23, omuli Amerika, Russia, Germany, Canada, Japan, China, France, India, Kenya, n'endala nnyingi.

Ekitabo kino w'ekifulumidde, Dr. Lee abadde awandiise ebitabo ebirala 85, omuli ebisinze okutunda nga Okuloza ku Bulamu Obutaggwaawo nga si n'afa, Obulamu Bwange, Okukkiriza Kwanga I & II, Obubaka Bw'omusalaba, Ekigera Okukkiriza, Eggulu I & II, Ggeyeena, Zuukusa Isiraeri!! ne Amaanyi ga Katonda. Ebitabo bye bikyusiddwa okudda mu nnimi ezisuka mu 75.

Waliwo obubaka bwe obuwandiikibwa mu miko gye mpapula z'amawulire ng'olwa The Hankook Ilbo, The JoongAng Daily, The ChosunIlbo, The Dong-A Ilbo, The MunhwaIlbo, The Seoul Shinmun, The Kyunghyang Shinmun, The Korea Economic Daily, The Korea Herald, The Sisa News, ne The Christian Press.

Dr. Lee kati akola ng'omukulembeze w'ebitongole by'obu misani bingi saako ebibiina: nga ye Sentebe wa, The United Holiness Church of Jesus Christ; Ye Pulezidenti wa, Manmin World Mission; Permanent President, The World Christianity Revival Mission Association; Ye yatandika, Manmin Ttivvi; Ye yatandika era ali ku bboodi ya, Global Christian Network (GCN); Mutandisi era ye Ssentebe wa Bboodi ya, World Christian Doctors Network (WCDN); era ye yatandika era ye sentebe wa Bboodi ya, Manmin International Seminary (MIS).

Ebitabo ebirala Eby'amaanyi eby'omuwandiisi y'omu

Eggulu I & II

Ekifaananyi ekiraga ekifo ekirungi ennyo abatuuze b'omu ggulu mwe babeera n'ennyinyonyola ennungi ey'emitendera egy'enjawulo egy'obwakabaka obw'omu ggulu

Obulamu Bwange, Okukkiriza Kwange I & II

Evvumbe ery'omwoyo erisingayo obulungi erigiddwa mu bulamu obwameruka n'okwagala kwa Katonda okutatuukika, wakati mu mayengo g'ekizikiza, n'enjegere ezinyogoga saako obulumi obutagambika

Okuloza ku Bulamu Obutaggwaawo nga si n'afa

Obujjulizi bwa Dr. Jaerock Lee, eyazaalibwa omulundi ogw'okubiri era n'alokolebwa okuva mu kiwonvu eky'ekisiikirize eky'okufa era abadde atambulira mu bulamu bw'ekikristaayo obw'okulabirako

Ekigera Okukkiriza

Kifo kya kika ki eky'okubeeramu, engule n'empeera ebikutegekeddwa mu ggulu? Ekitabo kino kikuwa amagezi n'okukulung'amya okusobola okupima okukkiriza kwo osobole okuluubirira okukkiriza okusingayo obukulu.

Ggeyeena

Obubaka obw'amazima eri abantu bonna okuva eri Katonda, oyo atayagala wadde omwoyo ogumu okugwa mu bunnya bwa ggeyeena! Mujja kuzuula ebyo ebitayogerwangako ku bukambwa ate nga bwa ddala obuli mu magombe aga wansi aga geyeena.

www.urimbooks.com

www.ingramcontent.com/pod-product-compliance
Lightning Source LLC
LaVergne TN
LVHW021801060526
838201LV00058B/3190